விவேக சிந்தாமணி

தி. வேதரெத்தினம் எம்.ஏ.பி.எட்.,

சங்கர் பதிப்பகம்
15 / 21, டீச்சர்ஸ் கில்டு காலனி, 2-வது தெரு,
இராஜாஜி நகர் விரிவு,
வில்லிவாக்கம், சென்னை - 600 049.
தொலைபேசி: 044-26502086, 9444191256
email: shankar_pathippagam@yahoo.com
wef: www shankarpathippagam.in & www bookthagam.com

நூல் விவரப் பட்டியல்

நூலின் பெயர்

விவேக சிந்தாமணி

உரிமை
பதிப்பகத்தார்க்கு

நூலாசிரியர்
தி. வேதரெத்தினம்

நூல் அளவு
கிரௌன்

பதிப்பு ஆண்டு- 2022

பக்கங்கள்
102

விலை

ISBN NO: 978-93-94782-00-6

வெளியீடு
சங்கர் பதிப்பகம்
15/21, டீச்சர்ஸ் கில்டு காலனி,
2-வது தெரு, இராஜாஜி நகர் விரிவு,
வில்லிவாக்கம், சென்னை - 600 049.
தொலைபேசி: 044 - 2650 2086

வடிவமைப்பு & மேலட்டை
பழனி, வில்லிவாக்கம்.
தொலைபேசி : 8667041889

அச்சிட்டோர்
எம்.கே.கிராபிக்ஸ், சென்னை - 600 021.
தொலைபேசி : 98408 28213

சுவாசக் காற்றாய்
எனக்குள்
நீக்கமற நிறைந்திருக்கும்
அமரத்துவமான
என் மனைவி
திருமதி. சாந்திக்கு
காணிக்கை.

தி. வேதரத்தினம்

முகவுரை

தமிழில் நீதிக்கருத்துகளைப் பேசும் இலக்கியங்கள் ஏராளம். அவற்றுள் பாடல்களினூடே பல்வேறு சுவை மிகுந்த பாடல்களால் மிளிறுவது தான் விவேக சிந்தாமணி நூல்.

இதன் ஆசிரியர் பெயரும் ஊரும் அறியப்படவில்லை; எந்த நூற்றாண்டில் தொகுக்கப்பட்டது என்கிற விவரம் கிடைக்கப்பெறவில்லை. ஒரு சில ஆராய்ச்சியாளரின் கூற்றுப்படி நாயக்கர் காலத்தில் தோன்றியிருக்கலாம் எனக் கூறப்படுகிறது.

இந்நூல் தொகுப்பில் உள்ள அனைத்துப் பாடல்களும் எளிமையானவை; சிந்தைக்கு இன்பம் தருபவையாக உள்ளது.

இன்றைய சமூக அமைப்பிற்குச் சில பாடல்களின் கருத்து ஏற்புடையதாய் இல்லை எனினும், எளிய சொற்கள் அமைப்பால் எளிய பொருள் விளக்கத்துடன் மற்றும் இலக்கிய நயம் மிகுந்துள்ளதால் படித்து இன்புறலாம்.

பிள்ளைகளால் பெற்றோர் பெறும் நன்மை, தீமை, குடும்பப் பெண்கள் எவ்வாறு குடும்பத்தைப் பேணிப் பாதுகாக்க வேண்டும், மனிதனுக்கு எவ்வழிகளில் துன்பம் வருகிறது, அவற்றிலிருந்து விடுபடும் வழிமுறை என மனிதகுலத்திற்குப் புதிய சிந்தனையை விதைக்கிறது.

கற்றோரும், கல்லாதவரும் இப்பாடல்களை எளிதில் புரிந்து கொள்ளும் வகையில் அமைந்தபாங்கு சிறப்பானது.

இப்பாடல்களைப் படிப்பவர்கள் மனதில் பதியக்கூடியதாகவும், மனனம் செய்ய உகந்ததாகவும் அமையப் பெற்றுள்ளது.

மொத்தத்தில் இந்நூல் இலக்கிய ஆர்வலர்களுக்கும், கலைஞர்களுக்கும் இன்பத்தைச் சுரக்கும் சுரப்பியாக அமைந்துள்ளது. மேலும் அறிஞர் பெருமக்களுக்கு அறிவுக்களஞ்சியமாகவும் திகழ்கிறது.

அனைவரும் படியுங்கள் – அழகுத்தமிழின் சொற்சுவையை உணருங்கள்.

இந்நூலை வெளியிடும் சங்கர் பதிப்பகத்தார்க்கு என் இதயம் நிறைந்த நன்றியைத் தெரிவித்துக் கொள்கிறேன்.

நன்றி !

அன்புடன்

தி. வேதரெத்தினம்

பதிப்புரை

விவேக சிந்தாமணி என்பது ஒரு பழமையான நூலாகும். இது அனுபவ மூதுரைகளைக் கொண்ட தமிழ் செய்யுள்களின் தொகுப்பாகும். இந்த நூலின் ஆசிரியர் யார் என்பது அறியப்படவில்லை. தனிப்பாடல்களாக இருந்தவற்றைத் தொகுத்து உருவான நூல் என்பாரும் உளர்.

கடவுள் வாழ்த்துடன் சேர்த்து 135 பாக்களைக் கொண்டது. அருமையான கவி வரிகளைக் கொண்டது.

அருமையான வாழ்வியல் நடைமுறைகளைப் போதிக்கும் இந்நூல் தற்போது அதிகம் பேசப்படுவதில்லை. இலக்கிய ஆர்வம் உள்ளவர்கள் மட்டுமே இந்நூலினைப் பேணிப் பாதுகாக்கின்றனர்.

இந்நூலினைத் தமிழுக்காகவும், அரிய நீதிக் கருத்துக்களுக்காகவும் அனைவரும் படிக்க வேண்டியது அவசியம்.

வாசகர்கள் இதனை வரவேற்பார்கள் என நம்புகிறோம்.

– பதிப்பாளர்

விவேக சிந்தாமணி

கடவுள் வாழ்த்து

அல்லல்போம் வல்வினைபோம் அன்னை வயிற்றில் பிறந்த
தொல்லைபோம் போகத் துயரம்போம் - நல்ல
குணமதிக மாம்அருணைக் கோபுரத்துள் வீற்றிருக்கும்
கணபதியைக் கைதொழுதக் கால்.

பொருள் : *பேரருள் தரும் திருவண்ணாமலை கோபுரத்தில் கோயில் கொண்டுள்ள விநாயகப் பெருமானைக் கரங்கூப்பித் துதித்து வணங்கினால், வருத்தம் போகும்: துன்பமும் கொடிய வினையும் விலகும். பிறவித்துயர் நீங்கும். இவைமட்டுமா? இன்னுமுள்ள, நீங்காப் பல துன்பங்களும் விலகும்.*

குறிப்புரை : *(போம் – போகும், அல்லல் – துன்பம், அருணை – அண்ணாமலை)*

○○○

1. பயன் நல்காத ஏழு

ஆபத்துக்கு உதவாப் பிள்ளை அரும்பசிக்கு உதவா அன்னம்
தாபத்தைத் தீராத் தண்ணீர் தரித்திரம் அறியாப் பெண்டிர்
கோபத்தை அடக்கா வேந்தன் குருமொழி கொள்ளாச் சீடன்
பாபத்தைத் தீராத் தீர்த்தம் பயனிலை ஏழும் தானே

பொருள் : *பெற்றோர் துன்பப்படும் போது உதவாத பிள்ளையும், பசிநேரத்தில் அப்பசியைத் தீர்க்காத அன்னமும், தாகத்தைத் தணியச் செய்யாத தண்ணீரும், ஏழ்மை நிலை அறிந்து குடும்பம் நடத்த அறியாத பெண்ணும், கோபத்தை அடக்கத் தெரியாத அரசனும், ஆசிரியரின் அறிவுரையை ஏற்று நடக்காத மாணவனும், பாவத்தைப் போக்கும் புண்ணியமில்லா நீரும் ஆகிய இவை ஏழும் பயனிலாதவை.*

குறிப்புரை : *அன்னம் – சோறு, தாபம் – நீர்வேட்கை, தீர்த்தம் – புண்ணிய நீர், பாவம் – பிறவித் துன்பம்*

○○○

2. இதுதான் வாழ்க்கை

பிள்ளைதான் வயதில் மூத்தால் பிதாவின்சொற் புத்தி கேளான்
கள்ளின்நல் குழலாள் மூத்தால் கணவனைக் கருதிப் பாராள்
தெள்ளற வித்தை கற்றால் சீடனும் குருவைத் தேடான்
உள்ளநோய் பிணிகள் தீர்ந்தால் உலகோர்பண் டிதரைத் தேடார்

பொருள் : *பிள்ளை வளர்ந்து பெரியவனாகிவிட்டால் தந்தை கூறும் அறிவுரையைக் கேட்கமாட்டான்.*

தேன் சொட்டும் அழகிய கூந்தலுடைய மனைவி வயதான கணவனை மதிக்கமாட்டாள். கசடறக் கற்ற மாணவன் ஆசிரியரைத் தேட மாட்டான், நோய் குணமாகிவிட்டால் யாரும் மருத்துவரை நாட மாட்டார்கள்.

குறிப்புரை : கள் – தேன், குழல் – கூந்தல், பண்டிதர் – மருத்துவர், தெள்ளற – ஐயம் தெளிய

○○○

3. பிறவிக்குணம் மாறுமா?

குக்கலைப் பிடித்து நாவிக் கூண்டினில் அடைத்து வைத்து
மிக்கதோர் மஞ்சள் பூசி மிகுமணம் செய்தா லும்தான்
அக்குலம் வேற தாமோ? அதனிடம் புனுகுண் டாமோ?
குக்கலே குக்க லல்லால் குலந்தனில் பெரிய தாமோ?

பொருள் : நாயைப்பிடித்து புனுகுப் பூனை கூண்டில் வைத்துப் பூட்டி, மிகுந்த வாசமிகு மஞ்சள் பூசி, நல்ல வாசனைப் பொருட்களை அதன்மேல் பூசினாலும் நாயானது அதன் குலத்திலிருந்து வேறுபட்டதாகுமோ? ஒருபோதும் மாறாது; புனுகு வாசமும் வராது. நாய் நாயாகத் தான் இருக்கும், கொஞ்சமும் மாற்றம் வராது. இயல்பான பிறவிக்குணம் மாறுமோ?

குறிப்புரை : புனுகு – ஒப்பற்ற வாசனைப் பொருள், குக்கல் – நாய், நாவி – புனுகுப் பூனை

○○○

4. முகமும் அகமும் மகிழ்ந்து அளிப்பதே விருந்து

ஒப்புடன் முகம லர்ந்தே உபசரித்து உண்மை பேசி
உப்பிலாக் கூழ்இட் டாலும் உண்பதே அமிர்த மாகும்
முப்பழ மொடுபா லன்னம் முகங்கடுத் திடுவா ராயின்
கப்பிய பசியி னோடு கடும்பசி ஆகுந் தானே.

பொருள் : *அகமகிழ்வோடு வந்த விருந்தினரை வரவேற்று முக மகிழ்வோடு அன்பாகப் பேசி உப்பிலா உணவைத் தந்தாலும், உண்பவர் அமிர்தத்தை உண்டதுபோல் மகிழ்ச்சி பெறுவர். அப்படி இல்லாமல் முக்கனியாம் மா, பலா, வாழைப்பழங்களோடு கடுகடுத்த முகத்தோடு பால் சோறு தந்தாலும், அது பசியைப் போக்காது; மேலும் பசியையே உண்டாக்கும்.*

குறிப்புரை : *கடுகடுத்த – கோபம், கூழ் – உணவு, ஒப்புடன் – விருப்புடன்.*

○○○

5. ஏழைகளுக்கு உதவார்

கதிர்பெறு செந்நெல் வாடக் கார்குலம் கண்டு சென்று
கொதித்திரைக் கடலிற் பெய்யும் கொள்போற் குவலயத்தே
மதிதனம் படைத்த பேர்கள் வாடினோர் முகத்தைப் பாரார்
நிதிமிகப் படைத்தோர்க் கீவார் நிலையிலார்க்கு ஈயமாட்டார்.

பொருள் : *செந்நெல் விளைந்து மேலும் தண்ணீருக்காக வாடி இருப்பதைக் கண்டாலும் மேகம் அங்கே மழையைப் பொழியாது. அலை மிகுந்து விளங்கும் கடலில் பெய்யும். அதுபோல செல்வர்கள்*

வறுமையால் வாடியிருப்பவர்களைப் பார்த்தும் பாராமுகமாய் இருப்பர். ஆனால் செல்வம் பெருகி விளங்குபவர்களுக்குக் கொடுப்பார்கள். ஏழைகளுக்கு உதவமாட்டார்கள்.

○○○

6. வெறுக்கும் கைகளையே நெருங்கி நிற்பர்

பொருட் பாலை விரும்புவார்கள் காமப்பால்
இடைமூழ்கிப் புரள்வர் கீர்த்தி
அருட்பாலாம் அறப்பாலைக் கனவிலுமே
விரும்பார்கள் அறிவொன்று இல்லார்
குருப்பால் அக் கடவுளர்பால் வேதியர்பால்
புரவலர்பால் கொடுக்கக் கோரார்
செருப்பாலே அடிப்பவர்க்கு விருப்பாலே
கோடிசெம்பொன் சேவித் தீவார்.

பொருள் : அறிவற்ற மூடர்கள் பொருட்செல்வத்தின் மீதே ஆசை கொள்வர். காமம் எனும் சிற்றின்பத்திலேயே மூழ்கிக் கிடப்பர். சிறப்பைத் தரக்கூடிய அறவழியைக் கனவில் கூட விரும்பமாட்டார்கள். குரு, கடவுள், பிராமணர், அரசர் போன்றவர்களிடம், வரியாகவோ, தானமாகவோ கொடுக்கமாட்டார்கள். தங்களை அடிமைப்படுத்தி பயத்தைத் தருபவர்க்கே ஏராளமான பொன்னை வழங்குவார்கள்.

குறிப்புரை : புரவலர் – அரசர், சேவித்தல் – வணங்குதல்

○○○

7. கற்றோரைக் கற்றோரே விரும்புவர்

தண்டா மரையின் உடன்பிறந்தும் தண்தேன் நுகரா மண்டூகம்
வண்டோ கானத் திடையிருந்தும் வந்து கமல மதுவுண்ணும்
பண்டே பழகி யிருந்தாலும் அறியார் புல்லர் நல்லோரைக்
கண்டே களித்தங்கு உறவாடித் தம்மிற் கலப்பர் கற்றோரே!

பொருள் : குளிர்ந்த தாமரை மலருடனேயே குளத்தில் இருக்கின்ற தவளை அம்மலரின் தேனை உண்ணாதிருக்கும். ஆனால் காடுகளில் இருக்கும் வண்டு தாமரை மலரைத் தேடி வந்து தேன் உண்ணும். அதுபோல நீண்டகாலம் கற்றவர்களிடம் இருந்து பழகினாலும், கற்றவர்களின் பெருமையை மூடர்கள் அறியார். கற்றவரே கற்றவரின் பெருமை அறிந்து விரும்பி உறவாடுவர்.

குறிப்புரை : மண்டூகம் – தவளை, தண் – குளிர்ச்சி, பண்டே – பலநாள், கமலம் – தாமரை.

○○○

8. குரங்கின் கையில் சிக்கிய பூமாலை

வானரம் மழைதனில் நனையத் தூக்கணம்
தானொரு நெறிசொலத் தாண்டிப் பிய்த்திடும்
ஞானமுற் கல்வியும் நவின்ற நூல்களும்
ஈனருக் குரைத்திடில் இடர தாகுமே

பொருள் : குரங்கு ஒன்று காட்டில் மழையில் நனைந்து கொண்டிருக்க அதைப் பார்த்து பரிதாபங் கொண்ட தூக்கணாம் குருவி ஏனிப்படி மழையில் நனைகிறாய். என்னைப்போல் கூடுகட்டி வாழக் கூடாதா? எனக் கேட்க, கோபமடைந்த குரங்கு

தூக்கணாம் குருவி கூட்டைப் பிய்த்தெறிந்துவிட்டது. இவற்றின் மூலம் நாம் அறிவது நல்லறிவு மிகுந்த நூல்களின் போதனைகளை அற்பர்களுக்கு அறிவுரை வழங்கினால் துன்பமே வரும்.

குறிப்புரை : வானரம் – குரங்கு, இடர் – துன்பம்

○○○

9. முத்தத்தின் சுவையோ இன்பத்தேன்

வண்டுமொய்த் தனைய கூந்தல் மதனபண் டார வல்லி
கெண்டையோ டொத்த கண்ணுள் கிளிமொழி வாயின் ஊறல்
கண்டுசர்க் கரையோ தேனோ கனியொடு கலந்த பாகோ
அண்டர்மா முனிவர்க் கெல்லாம் அமுதமென் றளிக்க லாமோ.

பொருளுரை : வண்டுகள் சூழ்ந்திருந்தாற் போன்ற கருங்கூந்தலுடைய, மதனபண்டாரவல்லியெனும் பெயரினையும், மீன் போலும் விழிகளை உடையவரும், கிளிமொழியைப் பேசுபவரும், அவளின் வாயில் ஊறும் எச்சில் கற்கண்டோ, சருக்கரையோ, தேனோ, பாலோடு கலந்த பழச் சுவையோ? அந்த இனியசுவையை என்னயென்பேன். இதை வானுலக தேவர்க்கெல்லாம் அமுதென வாரி வழங்கிடலாமோ என என் மனம் கருதுகிறது.

குறிப்புரை : மதனபண்டாரவல்லி – காமக்கருவூலக்கொடி, அண்டர் – தேவர், கெண்டை – மீனின் வகை

○○○

10. கூடாநட்பு கூடாது

கற்பகத் தருவைச் சார்ந்த காகமும் அமுதம் உண்ணும்
விற்பன விவேக முள்ள வேந்தரைச் சேர்ந்தோர் வாழ்வார்
இப்புவி தன்னில் என்றும் இலவுகாத் திடும்கி ளிப்போல்
அற்பரைச் சேர்ந்தோர் வாழ்வது அரிதரி தாகு மம்மா.

பொருள் : *கற்பகமரத்தில் அமர்ந்த காகம் அமுதத்தைத் தான் உண்ணும். பேரறிவுமிக்க அரசர் பெருமக்களை அண்டியவர்களும் பெருமைமிகு ஆனந்த வாழ்வு பெறுவர். ஆனால் மூடர்களிடம் நட்பு கொண்டால் அமைதியான வாழ்வு என்பது முடியாது. இலவுகாத்த கிளியாய் அமைந்து விடும் வாழ்க்கை.*

குறிப்புரை : *விற்பனம் – கல்வி (விவேகம்), கற்பகத்தரு – பயன்தரும் மரம்.*

○○○

11. பெண்ணை நம்பினால்

ஆலகால விஷத்தையும் நம்பலாம்
ஆற்றையும் பெருங்காற்றையும் நம்பலாம்
கோலமா மதயானையை நம்பலாம்
கொல்லும் வேங்கைப் புலியையும் நம்பலாம்
காலனார் விடு தூதரை நம்பலாம்
கள்ளர் வேடர் மறவரை நம்பலாம்
சேலை கட்டிய மாதரை நம்பினால்
தெருவில் நின்று தியங்கித் தவிப்பவரே.

பொருள் : *ஆலகால விடம், காற்றாற்று வெள்ளம், மதம் பிடித்த யானை, கொல்லும் வேங்கைப் புலி,*

யமன் அனுப்புகின்ற தூதர்கள், திருடர்கள், வேடர்கள், கொடியோர் ஆகியவற்றை நம்பலாம். ஆனால் சேலை கட்டிய மாதரை நம்பினால். நடுத்தெருவில் நின்று புலம்ப நேரிடும் நிலைக்கு ஆளாகி விடுவர்.

குறிப்புரை : மாதர் எனக் குறிப்பிடுவது – விலைமாதுவை, இயங்குதல் – மதி மயங்குதல், காலன் – யமன்

○○○

12. தன்னிலை தவறினால் துயரமே

சங்குவெண் தாம ரைக்குத் தந்தைதாய் இரவி தண்ணீர்
அங்கதைக் கொய்து விட்டால் அழுகச்செய்(து) அந்நீர் கொல்லும்
துங்கவெண் கரையில் போட்டால் சூரியன் காய்ந்து கொல்வான்
தங்களின் நிலைமை கெட்டால் இப்படித் தயங்கு வாரே

பொருள் : சங்கு போன்ற வெண்ணிறங் கொண்ட தாமரைப்பூவிற்கு தாயும், தந்தையும், கதிரவனும் தண்ணீருமே. அந்தத் தாமரைக் கொடியைப் பிடுங்கி தண்ணீரில் போட்டால், அழுகி அழிவதற்கு அது பிறந்த தண்ணீரே காரணமாகிவிடும். அதை குளத்திலிருந்து பிடுங்கி வெளியே எறிந்தால் அது காய்ந்து கரியாகி விட சூரியனே காரணமாகி விடும். அதுபோல தன்னிலை தவறிய மனிதர்களின் வாழ்வு துயரம் ஏற்பட்டு நிலைகுலைந்துபோகும்.

குறிப்புரை : இரவி – கதிரவன், துங்க – அகன்ற

○○○

13. பிறப்பெல்லாம் இழிவானதே

நாய்வாலை அளவெடுத்துப் பெருக்கித் தீட்டின்
நற்றமிழை எழுதஎழுத் தாணி ஆமோ?
பேய்வாழும் சுடுகாட்டைப் பெருக்கித் தள்ளிப்
பெரியவிளக் கேற்றிவைத்தால் வீட தாமோ?
தாய்வார்த்தைக் கேளாத சகசண் டிக்கெண்
சாற்றிடினும் உலுத்தகுணம் தவிர மாட்டான்
ஈவாரை ஈயஒட்டான் இவனும் ஈயான்
எழுபிறப்பி னும்கடையாம் இவன்பிறப்பே.

பொருள் : *நாயின் வாலை அழகுபட கூர்செய்தாலும், அது நல்ல தமிழ் எழுத எழுத்தாணியாகப் பயன்படுமா? பேய்கள் குடியிருக்கும் சுடுகாட்டை சுத்தப்படுத்தி, மெழுகி, கோலமிட்டு விளக்கேற்றி வைப்பதால் அது குடியிருக்கும் வீடாகுமா? அடங்கா முரட்டுப் பையனுக்கு பெற்ற தாய் எவ்வளவு புத்தி மதி சொன்னாலும் என்ன பயன்? அவனுடைய மூர்க்ககுணம் அவனைவிட்டுப் போய்விடுமா? அவன் பிறர்க்கு எதுவும் வழங்கமாட்டான். பிறர் வழங்குவதையும் வழங்க விடமாட்டான். இவன் எத்தனைப் பிறப்பெடுத்தாலும், இழிவானவனே.*

குறிப்புரை : *சகசண்டி – பெரும்முரடன்*

○○○

14. எல்லாமே வெளிவேஷம்

வெம்புவாள் விழுவாள் பொய்யே மேல்விழுந் தழுவாள் பொய்யே
தம்பலம் தின்பாள் பொய்யே சாகிறேன் என்பாள் பொய்யே
அம்பினும் கொடிய கண்ணாள் ஆயிரம் சிந்தை யாளை
நம்பின பேர்கள் எல்லாம் நாயினும் கடையா வாரே.

பொருள் : *அம்பைப்போல் கூர்மையான விழியுடைய வேசிப்பெண், காதல் கொண்டிருப்பதைப் போல் மனம் வெம்புவாள், அழுது புரள்வாள், மேலே விழுவது போல் தள்ளாடுவாள், விழுந்து புரள்வாள். ஆடவன் உண்ட தாம்பூல எச்சிலைத் தான் உண்பாள். எல்லாம் வெளிவேஷமே. இப்படிப்பட்ட பெண்களை நம்புபவர்கள் இழிவான பிறப்பே.*

குறிப்புரை : *வெளிவேஷம் – பொய்வேடம், தாம்பூலம் – வெற்றிலைப்பாக்கு, வெம்புதல் – விம்முதல்.*

○○○

15. யாருக்கு இழப்பு...

கர்ப்பத்தால் மங்கையர்க்(கு) அழகு குன்றும்
கல்வியில்லா அரசனால் உலகம் பாழாம்
துர்புத்தி மந்திரியால் அரசுக்(கு) ஈனம்
சொல்கேளாப் பிள்ளைகளால் குலத்துக்(கு) ஈனம்
நற்புத்தி கற்பித்தால் அற்பர் கேளார்
நன்மைசெயத் தீமையுடன் நயந்து செய்வார்
அற்பரோ(டு) இணங்கிவிடின் பெருமை தாழும்
அரியதவம் கோபத்தால் அழிந்து போமே.

பொருள் : கர்ப்பம் அடையும் பெண்களின் அழகு கெடும், கல்வியறிவில்லாத அரசனால் உலகம் பாழாகும். தீயசிந்தனை உடைய அமைச்சரால், அரசுக்கு மரியாதை குறையும். பெற்றோர் அறிவுரையைக் கேட்காத பிள்ளைகளால் குலப்பெருமை அழியும். நல்ல அறிவுரைகளைக் கீழானவர் செவி கொடுத்துக் கேட்கமாட்டார்கள். நன்மை செய்பவர்களுக்குத் தீமை செய்யவே நினைப்பார்கள். இப்படிபட்டவர்களோடு நட்பு கொண்டால் பெருமையை இழக்க நேரிடும்.

குறிப்புரை : உலகம் – நாட்டை குறிப்பது, கேள்வி – பட்டறிவு, நயந்து – விரும்பி.

○○○

16. பாட்டிலே குறும்பு

ஒருநான்கும் ஈரரையும் ஒன்றே கேளாய்
உண்மையாய் ஐயரையும் அரையும் கேட்டேன்
இருநான்கு மூன்றுடனே ஒன்றும் சொல்லாய்
இம்மொழியைக் கேட்டபடி ஈந்தாயாயின்
பெருநான்கும் அறுநான்கும் பெறுவாய் பெண்ணே
பின்னைஓர் மொழிபுகல வேண்டா இன்றே
சரிநான்கும் பத்துஒரு பதினைந் தாலே
சகிக்கமுடி யா(து)இனிஎன் சகியே மானே.

பொருள் : ஒரு நான்கு ஈரரை – ஒன்று, கூட ஒன்று ஆக (4+2x½+1) ஆறு, ஆறாவது ராசி கன்னிராசி. எனவே கன்னிப் பெண்ணே! கேள் எனத் தொடங்குகிறது பாடல். பிறகு ஐயரை (5x½=2½) என்பது இரண்டரை, பிறகு ஓர் ஐயரை ஆக மூன்றுகிழமைகளில் மூன்றாவது செவ்வாய், இப்போது கன்னிப்பெண்ணே! உண்மையாக

உன் செவ்வாயைக் கேட்டேன். அடுத்து இரு நான்கும் மூன்றும் ஆக உடன் ஒன்றாக (2x4+3+1=12) பன்னிரண்டு. நட்சத்திரத்தில் பன்னிரண்டாவது உத்திரம், உன் செவ்வாய் நான் கேட்க (ஒப்புதல்) உத்திரம் சொல் வாயானால், நான்கும் இருபத்திநான்கும் சேர (4+24=28) இருபத்தி எட்டு, இருபத்தி எட்டாவது ஆண்டு வரிசையின் படி ஜெய ஆண்டு, நீ ஜெயம் பெறுவாய். வேறொன்றும் நீ சொல்ல வேண்டாம் (நான்கும் பத்தும் ஒரு பதினைந்தும்) (4+10+15=29) இருபத்தி ஒன்பது (ஆண்டு) மன்மத வருடம், என்னால் இனியும் மன்மத வேதனையைத் தாங்க முடியாது.

○○○

17. இவை எட்டும் வாழ்க்கைக்குப் பயன்படா?

தன்னுடன் பிறவாத் தம்பி தனைபெறாத் தாயார் தந்தை
அன்னிய ரிடத்துச் செல்வம் அரும்பொருள் வேசி யாசை
மன்னிய ஏட்டின் கல்வி மறுமனையாட்டி வாழ்க்கை
இன்னவாம் கருமம் எட்டும் இருக்கத்துக்(கு) உதவா அன்றே.

பொருள் : உடன் பிறவா அண்ணன், தம்பி, தன்னைப் பெற்றெடுக்காத தாய், தந்தை, வேறொருவனிடம் உள்ள செல்வம், பணஆசை பிடித்த விலைமகளின் உறவு, ஏட்டுச்சுரைக்காயாயிருக்கும் கல்வி, மாற்றான் மனைவியோடு கூடி வாழ்தல் ஆகிய எட்டும் ஆபத்துக்குதவாது.

குறிப்பு: மறுமனையாட்டி – வேறொருவன் மனைவி, வேசி – விலைமகள்

○○○

18. பறந்தது வண்டோ!

தேனுகர் வண்டு மதுதனை உண்டு
　　தியங்கியே கிடந்ததைக் கண்டு
தானதைச் சம்பு வின்கனி என்று
　　தடங்கையில் எடுத்துமுன் பார்த்தாள்
வானுறு மதியம் வந்ததென் றெண்ணி
　　மலர்க்கரம் குவியுமென் றஞ்சிப்
போனது வண்டோ பறந்ததோ பழந்தான்
　　புதுமையோ விதுமெனப் புகன்றாள்

பொருள் : *தாமரை மலரில் தேன் உண்ண வந்த வண்டு தேனையுண்டு அம்மலரின் மேலே கிடந்தது. அதைக்கண்ட பெண்ணொருத்தி, மலர் மேல் மயங்கிக் கிடப்பது வண்டென அறியாமல் நாவற்பழம் என எண்ணி தன் கையால் எடுத்தாள். எடுத்ததைக் கண்ட வண்டு கன்னிப்பெண் எனத் தெரியாமல் வானத்து முழுநிலவு வந்துவிட்டதெனயெண்ணி, தாமரை இதழ்கள் மூடிக்கொள்ளு முன் பறக்க நினைத்து பறந்தது. பறந்ததைப் பார்த்த அந்தப்பெண், வண்டோ! பழமோ! என வியந்து நின்றாளாம்.*

குறிப்பு: *சம்புவின் கனி – நாவற்பழம்*

○○○

19. மூடனின் நிறம்

கருதியநூல் கல்லாதான் மூடன் ஆகும்
　　கணக்கறிந்து பேசாதான் கசடன் ஆகும்

ஒருதொழிலும் இல்லாதான் முகடி ஆகும்
ஒன்றுக்கும் உதவாதான் சோம்பன் ஆகும்
பெரியோர்கள் முன்நின்று மரத்தைப் போலும்
பேசாம லிருப்பவனே பேயன் ஆகும்
பரிவுசொலித் தழுவினவன் பசப்பன் ஆகும்
பசித்தவருக்(கு) இட்டுண்ணான் பாவியாமே.

பொருள் : நல்ல நீதி நூல்களைக் கற்றறியாதவன் மூடன். அளவறிந்து பேசாதவன் மடையன், எந்தத் தொழிலையும் விரும்பாதவன் தரித்திரன், ஒன்றுக்கும் பயன்படாதவன் வீணன், பெரியோரை வணங்காதவன் மரம், அவர்கள் முன் பேசாமல் இருப்பவன் பேய். அன்பில்லாமல் இருப்பதுபோல் நடிப்பவன் ஏமாற்றுபவன், இதைவிடப் பாவம் பசித்தவர்களுக்கு உணவுதராமல் தான் மட்டும் உண்டு மகிழ்பவன் பாவி.

குறிப்பு: மூடன் – கல்வியில்லாதவன், முகடி – மூதேவி, பரிவு – அன்பு.

ooo

20. ஏழ்மையின் அவலம்

தாங்கொணா வறுமை வந்தால் சபைதனில் செல்ல நாணும்
வேங்கைபோல் வீரம் குன்றும் விருந்தினர்க் காண நாணும்
பூங்கொடி மனையாட்(கு) அஞ்சும் புல்லருக்(கு) இணங்கச் செய்யும்
ஓங்கிய அறிவு குன்றி உலகமெல்லாம் பழிக்கும் தானே.

பொருள் : தாங்கமுடியாத அளவிற்கு வறுமை வந்துவிட்டால் சான்றோர்கள் கூடியிருக்கும் சபைக்குச்

செல்ல வெட்கப்படவைக்கும், வேங்கைப்புலியாய் இருந்த வீரம் குறையும், உறவினர்களைக் கண்டு வெட்கப்படச் செய்யும், மலர்க்கொடி போன்ற தன் மனைவியைக் கண்டே பயம்வரும். கீழானவர்கள் சொல்வதைக் கேட்கச் செய்யும், நல்ல சிந்தனை அற்றுப்போகும், ஏழ்மையின் அவலத்தால்.

குறிப்பு: *புல்லர் – அறிவற்ற கீழ்மக்கள், சபை – அவை*

○○○

21. முதுமை வந்தால் வாழ்வு தள்ளாடும்

அரும்பு கோணிடில் அதுமணம் குன்றுமோ
கரும்பு கோணிடில் கட்டியும் பாகுமாம்
இரும்பு கோணிடில் யானையை வெல்லலாம்
நரம்பு கோணிடில் நாமதற்(கு) என்செய்வோம்.

பொருள் : *மலரின் அரும்பு கோணலானாலும் அதனுடைய வாசம் குறைவதுண்டோ? கரும்பு கோணலானாலும் கட்டி வெல்லமும் பாகும் கிடைக்கும். இரும்பு கோணலானால் யானையை அடக்கும் அங்குசம் கிடைக்கும். மனித நரம்புகள் கோணாலானால் முதுமை வந்து வாழ்வு தள்ளாடும்.*

குறிப்பு: *கோணல் – வளைதல், நரம்பு கோணல் – வாதநோய்*

○○○

22. தோழியிடம் பரத்தை கேட்டது

அன்னையே அனைய தோழி அறந்தனை வளர்க்கும் மாதே
உன்னைஓர் உண்மை கேட்பேன் உரைதெளிந்(து) உரைத்தல் வேண்டும்
என்னையே புணரு வோர்கள் எனக்குஓர் இன்பம் நல்கிப்
பொன்னையும் கொடுத்துப் பாதப் போதினில் வீழ்வ(து) ஏனோ.

பொருள் : *என் அன்னையைப் போல் என்னிடம் அன்பு காட்டும் தோழியே! உன்னிடம் ஓர் உண்மையைக் கேட்கிறேன். நீ உண்மையாயென அறிந்து சொல்ல வேண்டும். என்னைக் கூடி தழுவிக் களித்திடவரும் ஆண்கள் எனக்கு இன்பத்தைத் தருவதோடு, பொன்னையும், பொருளையும், கொட்டிக் கொடுத்து என் காலிலும் வீழ்கிறார்களே ஏனடித் தோழி! ஆண்களே இப்படித்தானா?*

குறிப்பு: *பாதம் – கால், போது – மலர்*

○○○

23. இதற்குத்தான்... இறைவன் படைத்தானா?

பொம்மெனப் பணைத்து விம்மிப் போர்மதன் மயங்கி வீழும்
கொம்மைசேர் முலையி னாளே கூறுவேன் ஒன்று கேண்மோ
செம்மையின் அறம்செய் யாதார் திரவியம் சிதற வேண்டி
நம்மையும் கள்ளும் சூதும் நான்முகன் படைத்த வாறே.

பொருள் : *காதல் தலைவனான மன்மதன் மயங்கிவிடும் அளவிற்கு பெருத்த, திரண்ட, வட்ட வடிவமான, அழகிய மார்பை உடையவளே! ஒரு செய்தி சொல்கிறேன், செவிமடுப்பாயாக. நல்லறம்*

செய்யாதவர்களின் பொன், பொருள், பாழாக வேண்டுமென்றுதான், பிரம்மா, நம்மைப் போன்ற பெண்களையும், மதுவையும், சூதாட்டத்தையும் உலகில் உண்டாக்கி இருக்கிறான்.

குறிப்பு: பொம்மென – பருத்த, கொம்மை – வட்டவடிவு, கேண்மோ – கேட்பாயாக

○○○

24. பணமிருந்தால் பாசமுண்டு

பொன்னொடு மணியுண் டானால் புலையனும் கிளைஞன் என்று
தன்னையும் புகழ்ந்து கொண்டு சாதியின் மணமும் செய்வர்
மன்னராய் இருந்த பேர்கள் வகைகெட்டுப் போவாராகில்
பின்னையும் ஆரோ என்று பேசுவர் ஏசு வாரே.

பொருள் : பொன்னும் பொருளும் இருந்துவிட்டால் போதும் தாழ்ந்தகுல புலையனைக்கூட, தங்கள் உறவினர் என்று பெண் கொடுத்து மணம் செய்து புகழ்ந்து பேசுவர். ஆனால் மன்னராய் இருந்தவர், அரசிழந்து, தன்னிலை குன்றிவிட்டால், அவரை யாரென்றே கண்டுகொள்ள மாட்டார்கள். இழித்தும், பழித்தும் பேசுவர்.

குறிப்பு: கிளைஞன் – உறவினன், ஏசுதல் – இகழ்தல்

○○○

25. மும்மாரி யாருக்கெல்லாம்

வேதம் ஓதிய வேதியர்க்(கு) ஓர்மழை
நீதி மன்னர் நெறியினுக்(கு) ஓர்மழை
மாதர் கற்புடை மங்கையர்க்(கு) ஓர்மழை
மாதம் மூன்று மழையெனப் பெய்யுமே.

பொருள் : வேதங்களைக் கற்றறிந்த அந்தணர்க்காக ஒரு மழை, நீதிநெறியாளும் அரசர்க்காகவும், நீதிநெறிக்காகவும் ஒரு மழை, கற்புடைய பெண்ணிற்கென்று ஒருமழை. மாதம் மும்மாரி பெய்யும்.

குறிப்பு: வேதியர் – அந்தணர், மாரி – மழை

○○○

26. ஆண்டிற்கு மும்மாரி

அரிசி விற்றிடும் அந்தணர்க்(கு) ஓர்மழை
வரிசை தப்பிய மன்னருக்(கு) ஓர்மழை
புருடனைக் கொன்ற பூவையர்க்(கு) ஓர்மழை
வருடம் மூன்று மழையெனப் பெய்யுமே.

பொருள் : வேதம் ஓதுதல் நியதி தவறி அரிசி விற்றுமுதல் போன்ற தொழிலில் ஈடுபடும் அந்தணர்க்கு ஒரு மழை; நீதிநெறி தவறிய அரசர்க்கென்று ஒருமழை; கற்பிலா பெண்களுக்கு ஒரு மழையென்று ஆண்டிற்கு மூன்று முறை மட்டுமே மழை பெய்யும்.

○○○

27. பயனிலா சில

திருப்பதி மிதியாப் பாதம் சிவனடி வணங்காச் சென்னி
இரப்பவர்க்(கு) ஈயாக் கைகள் இனியசொல் கேளாக் காது
புரப்பவர் தங்கள் கண்ணீர் பொழிதரச் சாகாத் தேகம்
இருப்பினும் பயனென்? காட்டில் எரிப்பினும் இல்லை தானே

பொருள்: *திருப்பதியை மிதிக்காத கால்கள், சிவபெருமானை வணங்காத தலைகள், இரந்து நிற்பவர்க்குக் கொடுக்காத கரங்கள், நல்ல உபதேச அறிவுரை மொழிகளை உள்வாங்காத செவிகள், தங்களுக்கு நெருக்கமானவர் கண்ணீர் விட்டுக் கதற, இறந்துபடாத உடலும் இருந்தும் பயனில்லை; சுடுகாட்டில் எரித்தும் பயனில்லை.*

குறிப்பு: *திரு – அழகிய, பதி – கோயில், புரப்பவர் – காப்பவர்.*

○○○

28. ஈதல் பயன்?

தன்னுட லுக்கொன்(று) ஈந்தால் தக்கதோர் பலம தாகும்
மின்னியல் வேசிக்(கு) ஈந்தால் மெய்யிலே வியாதி யாகும்
மன்னிய உறவுக்(கு) ஈந்தால் வருவது மயக்க மாகும்
அன்னிய பரந்துக்(கு) ஈந்தால் ஆருயிர்க்(கு) குதவி யாமே.

பொருள் : *தன்னுடைய உடலுக்குத் தந்து உதவுவது வலுசேர்க்கும், அன்பையும், ஆசையையும் காட்டும் விலைமாதர்க்கு ஒன்றைத் தந்தால் உடலுக்கு நோய் வந்து சேரும். நெருங்கிய உறவினர்க்குக் கொடுத்தால்*

மனம் மயக்கம் வரும்; உறவினர் அல்லாதவர்க்குக் கொடுத்து உதவுவதே உயிர்க்குச் செய்யும் உதவி.

குறிப்பு: மன்னிய – நெருங்கிய, பரம் – அந்நியம்

○○○

30. பெண்ணை நம்பாதே

படியினப் பொழுதே வதைத்திடும் பச்சைநாவியை நம்பலாம்
பழிநமக்கென வழிமறித்திடும் பழைய கள்ளரை நம்பலாம்
கொடுமதக் குவடென வளர்ந்திடு குஞ்சரத்தையும் நம்பலாம்
குலுங்கப் பேசி நகைத்திடுஞ்சிறு குமரர்தம்மையும் நம்பலாம்
கடையிலக்கமது எழுதிவைத்த கணக்கர் தம்மையும் நம்பலாம்
காக்கை போல்விழி பார்த்திடுங்குடிக் காணி யாளரை நம்பலாம்
நடைகுலுக்கியும் முகம் மினுக்கியும் நகைநகைத்திடும் மாதரை
நம்பொணாது மெய் நம்பொணாதுமெய் நம்பொணாது மெய் காணுமே.

பொருள் : உடலில் கலந்த நொடியிலே உயிர் கொல்லும் விடத்தை நம்பலாம். வழிப்பறி செய்யும் கள்வரை நம்பலாம். மதம் பிடித்த யானையை நம்பலாம். விளையாட்டுத்தனமான இளைஞரை நம்பலாம். பொய்க் கணக்கு எழுதி வைக்கும் கணக்கரை நம்பலாம், காக்கைப் போல ஓரப்பார்வையானாலும் கொள்முதலைக் காவல் செய்யும் நிலக்கிழார்களை நம்பலாம், ஆனால் மஞ்சள்பூசி, குலுக்கி மினுக்கி போலிப்புன்னகையை உதிர்க்கும் பெண்களை மட்டும் நம்பக்கூடாது. நம்பக்கூடாது இது உண்மை.

○○○

30. பெண் கூடினால்...?

வண்டுகள் இருந்திடின் மதுவை உண்டிடும்
தண்டமிழ் இருந்திடின் சங்கம் சேர்ந்திடும்
குண்டுணி இருந்திடின் கோள்கள் மிஞ்சிடும்
பெண்டுகள் இருந்திடின் பெரிய சண்டையே.

பொருள்: *ஓரிடத்தில் வண்டுகள் மொய்த்திருக்குமானால் யாருக்கும் எந்தத் தீங்கில்லாமல், மலர்த்தேனைப் பருகி கொண்டிருக்கும். இன்பத் தமிழ் இருக்குமேயானால் தமிழறிஞர் கூட்டம் குழுமிவிடும். ஆனால் கோள் சொல்பவன் இருந்தாலோ புறஞ் சொற்களே அவ்விடத்தில் அளவுக்கு அதிகமாயிருக்கும், பெண்கள் கூடினால் பெரும் சண்டை உண்டாகும்.*

குறிப்பு: *குண்டுமணி – கோள் சொல்பவன், பெண்டு – பெண், சச்சரவு – சண்டை*

○○○

31. உயிர் உள்ளவரையே உறவு

கற்புடை மாதர் கொங்கை கவரிமான் மயிரின் கற்றை
வெற்புறு வேங்கை யின்தோல் வீரன்கை வெய்ய கூர்வேல்
அற்பர்தம் பொருள்கள் தாமும் அவரவர் இறந்த பின்னே
பற்பலர் கொள்வர் இந்தப் பாரினில் உண்மை தானே.

பொருள்: *கற்புடைய பெண்களின் மார்பு, கவரிமான் மயிர்முடிக் கொத்து, வேங்கைப் புலியின் தோல், வீரர்கள் வைத்திருந்த கூரிய கொடிய வேல், கீழ்மக்களுடைய செல்வங்கள் இவற்றையெல்லாம் அவரவர் இறந்த*

பின்னர் பற்பலர் கைப்பற்றிக் கொள்வர். இது உண்மையே.

குறிப்பு: *வெற்பு – மலை, பற்பலர் – பலர், பார் – உலகம்*

○○○

32. உலக மானுடர் இயல்பு

வீணர்பூண் டாலும் தங்கம் வெறும்பொய்யாம் மேற்பூச்(சு) என்பார்
பூணுவார் தரப்பூண் டாலும் பொருந்திய தங்கம் என்பார்
காணவே பனைக்கீ ழாய்ப்பால் குடிப்பினும் கள்ளே என்பார்
மாணுல கத்தோர் புல்லர் வழங்குரை மெய்என் பாரே.

பொருள்: *இவ்வுலகத்தில் உள்ள ஏழை மக்கள் தங்க ஆபரணத்தை அணிந்திருந்தாலும் பார்ப்பவர்கள் தங்கமல்ல, பித்தளை என்பர். வசதியானவர்கள் பித்தளை அணிந்திருந்தாலும் தங்கம் என்பார்கள். இல்லாதவர் பனை மரத்தின் கீழ் இருந்து பாலைக் குடித்தாலும் கள் என்பர், மேன்மை மிகு இவ்வுலகத்தார் அறிவற்றவர்கள் கூறும் பொய்யைக் கூட மெய் என்பர்.*

குறிப்பு: *தாரம் – பித்தளை (அ) வெள்ளி, வீணர் – வறியோர், மாண் – பெருமை*

○○○

33. உலக இயல்பு...

ஓரியே மீனுவந்(து) ஊணி ழந்தையோ
நாரியே கண்பிழை நாட்டில் இல்லையோ
பாரியே கணவனைப் பழுது செய்துநீ
நீரிலே இருப்பது நிலைமை அல்லவே.

பொருள்: *நரி ஒன்று தரையில் கிடந்த மீனை விரும்பி உண்ண ஆசைப்பட்டு வாயைத் திறக்க ஏற்கனவே வாயில் கவ்வியிருந்த உணவையும் தவறவிட்டுவிட்டது. இதைப் பார்த்த கைம்பெண் ஒருத்தி "நரியே! மீனை நம்பி இருந்த உணவையும் இழந்துவிட்டாயே" என்று இரக்கப்பட, நரியானது பெண்ணே! தவறுகள் நடப்பது இயற்கையானது தானே! கணவனை இழந்த நீயும் கண்ணீர் விட்டுக் கலங்கி நிற்பது கூடத்தான் சரியில்லையென்றது.*

குறிப்பு: *ஓரி – நரி, நாரி – பெண், பாரி – மனைவி, பழுது – இழந்து.*

○○○

34. நரியும் நாரியும்...

சம்புவே என்ன புத்தி சலத்தினில் மீனை நம்பி
வம்புறு வடத்தைப் போட்டு வானத்தைப் பார்ப்பது ஏனோ
அம்புவி மாதே கேளாய் அரசனை அகல விட்டு
வம்பனைக் கைப்பி டித்த வாறுபோல் ஆயிற்றன்றே

பொருள் : இதுவும் *(33–ஆம் பாடலைப் போன்றது) "நரியே! என்ன உன் புத்தி? தண்ணீரில் துள்ளி*

விளையாடிய மீனை நம்பி வாயில் கவ்வியிருந்த மாமிசத்துண்டையும் விட்டு விட்டு வானத்தைப் பார்த்துக் கொண்டிருக்கிறாயே! நீ செய்தது சரியா? என்ற பெண்ணின் கேள்விக்கு நரி சொன்னது

"பெண்ணே! கேள், அரசனை நம்பி புருஷனைக் கைவிட்ட கதைபோலாயிற்று என்நிலை என்றது.

குறிப்பு: சம்பு – நரி, வம்புறு வடம் – நாற்றமடிக்கும் தோய்ந்த இறைச்சித் துண்டு

ООО

35. கடைஆணி இல்லா வண்டி...

மூப்பிலாக் குமரி வாழ்க்கை முனையிலா அரசன் வீரம்
காப்பிலா விளைந்த பூமி கரையிலா திருந்த ஏரி
கோப்பிலான் கொண்ட கோலம் குருவிலான் கொண்ட ஞானம்
ஆப்பிலாச் சகடு போல அழியுமென் றுரைக்க லாமே.

பொருள்: மூத்தவர் துணையில்லாத கன்னிப்பெண்ணின் வாழ்க்கை, போர்க்களம் காணாத மன்னவனின் வீரம், வேலியில்லாத விளைநிலம், கரை இல்லாத ஏரி, கட்டுப்பாடற்றவன் கொள்ளும் ஆடம்பர அலங்காரம், ஆசிரியன் இல்லாது பெற்ற அறிவு இவை அனைத்தும் கடை ஆணி இல்லாத வண்டியைப் போல.

குறிப்பு: கோப்பு – ஒழுங்கு (கட்டுப்பாடு), ஆப்பு – ஆச்சாணி, சகடு – வண்டி

ООО

36. பெண்ணின் நடையழகு

பொன்னின்மணி கிண்கிணி சிலம்பொலி புலம்ப
மின்னுமணி மேகலைகள் மெல்லென ஒலிப்பச்
சின்னமலர் கொண்டுசிலர் சேடியர்கள் சூழ
அன்னமென அல்லவென ஓவென உரைத்தார்.

பொருள்: *பொன்னால் செய்யப்பட்டு, இரத்தினங்கள் பதித்த சதங்கையும் மணியும் கிண்கிணி சிலம்பும் சப்தமிடவும், ஒளிசிந்துகின்ற மணிமேகலை என்னும் ஆபரணங்கள் மெல்ல ஒலித்திடவும், சின்னஞ்சிறு மலர்களைக் கைகளில் ஏந்தியவாறு நங்கையொருத்தி நடந்து வந்தாள் பெண்கள் சிலர் சூழ்ந்துவர. அதைப் பார்த்தவர்கள், அன்னமோ அல்லது பெண்ணோ என அதிசயத்தினர்.*

குறிப்பு: *புலம்ப – சப்திக்க, சேடியர் – ஏவல் செய்யும் பெண்கள்*

○○○

37. எதிர்பார்ப்பும் ஏமாற்றமும்

கானலை நீர்என் றெண்ணிக் காடுவெளி திரியும் மான்போல்
வானுறு இலவு காத்த மதியிலாக் கிள்ளை யேபோல்
தேனினை உண்டு தும்பி தியங்கிய தகைமை யேபோல்
நானுனை அரச னென்று எண்ணி நாளையும் போக்கி னேனே.

பொருள்: *கானலைத் தண்ணீர் என்று எண்ணி பாலை மணற்பரப்பில் அலையும் மான் போலவும், இலவங்காய் பழுக்கும் என்று ஏமாந்த கிளியைப்*

போலவும், உன்னையும் அரசன் என்று எண்ணி வாழ்நாளை நான் வீணாக்கிவிட்டேன்.

குறிப்பு: கானல் – நீர்போலத் தோன்றும், கடுவெளி – வெட்டவெளி

○○○

38. ஏக்கம் வந்தால் தூக்கம் போய்விடும்

சங்கு முழங்கும் தமிழ்நாடன் தன்னை நினைத்த போதெல்லாம்
பொங்கு கடலும் உறங்காது பொழுதோர் நாளும் விடியாது
திங்கள் உறங்கும் புள்ளுறங்கும் தென்றல் உறங்கும் சிலகாலம்
எங்கும் உறங்கும் இராக்காலம் என்கண் இரண்டும் உறங்காவே.

பொருள்: சங்கொலி முழங்கும் கடல்சூழ் தமிழ்நாட்டை ஆளும் என் மன்னவனை நினைக்கும் போதெல்லாம், அலை பொங்கும் கடல் ஓயாது அலறிக் கொண்டேயிருக்கும், பொழுதுவிடியாது இரவு நீண்டு கொண்டே போகும், நிலவு தூங்கும், அன்றில் பறவை துயிலும், தென்றலும் சற்று கண்ணயர்ந்து உறங்கும், எல்லோரையும் உறங்கவைக்கும் இரவு கூடத் தூங்கிவிடும். அவளையே நினைந்து உருகும் என் கண்கள் உறங்குவதேயில்லை.

குறிப்பு: திங்கள் – நிலவு, புள் – அன்றில்

○○○

39. உயிர்க்கு இறுதி

அரவினை ஆட்டு வாரும் அருங்களி(று) ஊட்டு வாரும்
இரவினில் தனிப்போ வாரும் ஏரிநீர் நீந்து வாரும்
விரைசெறி குழலி யான வேசையை விரும்பு வாரும்
அரசனைப் பகைத்திட் டாரும் ஆருயிர் இழப்பர் தாமே.

பொருள்: *பாம்பு பிடித்து வேடிக்கை காட்டி விளையாடுபவர்களும், யானை வளர்க்கும் பாகர்களும், இரவில் தனிவழி நடப்பவர்களும் குளத்தில் நீந்துபவர்களும், வாசமிகு கூந்தலையுடைய விலைமாதுவை நேசிப்பவர்களும், அரசனை எதிர்த்து அவன் பகையைத் தேடிக் கொண்டவர்களும், தங்கள் உயிருக்கு இறுதி தேடிக் கொண்டவர்கள்.*

குறிப்பு: *அரவி – பாம்பு, கயிறு – யானை, விளர – வாசனை.*

○○○

40. தளர்ச்சி வேண்டாம்

வாழ்வது வந்த போது மனந்தனில் மகிழ வேண்டா
தாழ்வது வந்த தானால் தளர்வரோ தக்கார்? மிக்க
ஊழ்வினை வந்த தானால் ஒருவரால் விலக்கப் போமோ?
ஏழையா யிருந்தோர் பல்லக்(கு) ஏறுதல் கண்டி லீரோ.

பொருள்: *வளமான வாழ்க்கை கிடைத்துவிட்டால், மன மகிழ்ச்சியால் துள்ளிக் குதிக்கக் கூடாது. தாழ்வு வந்து விட்டால் பெரியோர்கள் தளர்ந்து விடமாட்டார்கள், தலைவிதியை ஒருவரால்*

மாற்றியமைக்க முடியுமா? ஏழைகளாயிருப்பவர், வாகன வசதியோடு செல்வந்தர்களாக வாழ்வதைப் பார்த்ததில்லையா? தளர்ச்சி வேண்டாம்.

குறிப்பு: *ஊழ் – முன்வினை (விதி)*

○○○

41. தீயோர் நட்பு வேண்டாம்

பருப்ப தங்கள்போல் நிறைந்திடு நவமணிப் பலன்களைக் கொடுத்தாலும்
விருப்பம் நீங்கிய கணவரைத் தழுவுதல் வீணதாம் விரையார்ந்த
குருக்கு சந்தனக் குழம்பினை அன்பொடு குளிர்தர அணிந்தாலும்
செருக்கு மிஞ்சிய அற்பர்தம் தோழமை செய்வதும் ஆகாதே.

பொருள்: *மலைகளைப் போல் பொன்மணிகளைக் கொட்டிக் கொடுத்தாலும் மனதுக்குப் பிடிக்காத கணவரை அணைப்பது பயனற்றதேயாம். வாசனைமிக்க குருக்கத்தி சந்தனக்கலவையை மேலே பூசிக் கொண்டு அன்புமொழியைப் பேசிக் கொண்டு வந்தாலும் ஆணவமிகுந்த கீழ்மக்கள் நட்பு வேண்டாம் நன்மையில்லை.*

குறிப்பு: *பருப்பதம் – மலை, விரை – மணம், குரு – நிறம்*

○○○

42. செருக்கு வேண்டா

பெருத்திடு செல்வமாம் பிணிவந் துற்றிடில்
உருத்தெரி யாமலே ஒளிம ழுங்கிடும்
மருந்துள தோஎனில் வாக டத்திலை
தரித்திரம் என்னுமோர் மருந்தின் தீருமே.

பொருள்: ஒருவனிடம் பெருமளவு செல்வம் சேருவதே நோய். அந்நோய் வந்து விட்டால் கண் மண் தெரியாது, தலைகால் புரியாது. பணத்திமிர் பார்வையை மறைக்கும். இந்நோய்க்கு மருந்துள்ளதா? உள்ளது. வைத்திய சாஸ்திரத்தில் அன்று இத்தகைய நோய்கள் தரித்திரம் என்னும் மருந்து தலைகாட்டினால் போதும் தானே தீர்ந்து விடும்.

குறிப்பு: வாகடம் – மருந்துவ நூல்

○○○

43. பெண்களின் மனம் ஆழமானது

அத்தியின் மலரும் வெள்ளை ஆக்கைகொள் காக்கை தானும்
பித்தர்தம் மனமும் நீரில் பிறந்தமீன் பாதம் தானும்
அத்தன்மால் பிரம தேவ னால்அள விடப்பட் டாலும்
சித்திர விழியார் நெஞ்சம் தெரிந்தவர் இல்லை கண்டீர்.

பொருள்: அத்திப்பூவும், வெண்ணிறமான உடலைக் கொண்ட காகமும், பயித்தியம் பிடித்தவர்கள் மனநிலையும், தண்ணீரில் நீந்தும் மீன்களின் கால்களையும் சிவன், பெருமாள், பிரம்மன் ஆகியோரின் பெருஞ்சக்தியால் கண்டறியப்படலாம். ஆனால்

பெண்களின் மனதில் உள்ளதை எவராலும் கண்டறிய முடியாது. ஆழமானது.

குறிப்பு: ஆக்கை – உடல், அத்தன் – சிவன்

○○○

44. வீணர்கள் பேச்சு வேண்டாம்

சொல்லுவார் வார்த்தை கேட்டுத் தோழமை இகழ்வார் புல்லர்
நல்லவர் விசாரி யாமல் செய்வரோ? நரிசொல் கேட்டு
வல்லியம் பசுவும் கூடி மாண்டதோர் கதையைப் போலப்
புல்லியன் ஒருவ னாலே போகுமே யாவும் நாசம்.

பொருள்: பிறர் பேச்சைக் கேட்டு நல்ல நட்பைக் கேவலப்படுத்துவார்கள் கீழ்மக்கள். ஆனால் நல்லோரான மேன்மக்கள் தீரவிசாரியாமல் அப்படிச் செய்வார்களா? செய்ய மாட்டார்கள். ஒரு நரியின் தந்திரம் அறியாமல் புலியும் பசுவும் கூடி இறந்துபோல, அறிவற்றவர்கள் செயலால் எல்லாம் வீணாகிவிடும்.

குறிப்பு: வல்லியம் – புலி, புல்லர் – அறிவற்றவர்.

○○○

45. வசவும் - வசியமும்

கதலி வீரர் களத்திடை வையினும்
குதலை வாயின் குழவிகள் வையினும்
மதன லீலையில் மங்கையர் வையினும்
இதமு றச்செவிக் கின்பம் விளையுமே

பொருள்: *வீரர்கள் போர்க்களத்தில் திட்டினாலும், குழந்தைகள் மழலை மொழியால் திட்டினாலும், கலவி எனும் காம விளையாட்டில் பெண்கள் திட்டினாலும், அவையெல்லாம் வசவு ஆகாது. மேலும் "தேன் போல் இனிக்கும்"; செவிக்கு இன்பமளிக்கும்.*

குறிப்பு: *கதலிவீரர் – படைத்தலைவர், குதலை – மழலை, வையினும் – திட்டினாலும்.*

○○○

46. அறிவா? ஆற்றலா

புத்திமான் பலவான் ஆவான் பலமுளான் புத்தி யற்றால்
எத்தனை விதத்தி னாலும் இடரது வந்தே தீரும்
மற்றொரு சிங்கந் தன்னை வருமுயல் கூட்டிச் சென்றே
உற்றதோர் கிணற்றில் சாயல் காட்டிய உவமை போலே.

பொருள்: *அறிவுடையவனே வலிமையானவன். வலிமையுடையவன் அறிவை இழந்துவிட்டால் வலிமை குன்றி விடும். வலிமைமிக்க சிங்கத்தை ஒரு நரி கூட்டிச் சென்று, கிணற்றிலே அதன் நிழலைக் காணச் செய்து, சிங்கத்தைக் கிணற்றில் விழ வைத்துவிட்டு, நரி தன்னுடைய தந்திர புத்தியால் தப்பித்துக் கொண்டதல்லவா? அந்தக் கதைதான். அறிவா? ஆற்றலா?*

குறிப்பு: *இடர் – துன்பம், சாயல் – தோற்றம்.*

○○○

47. மானம் பெரிது

மானமுள் ளோர்கள் தங்கள் மயிரறின் உயிர்வா ழாத
கானுறு கவரி மான்போல் கணம்பெறு புகழே பூண்பார்
மானமொன் றில்லார் தாமும் மழுங்கலாய்ச் சவங்க ளாகி
ஈனமாங் கழுதைக் (கு) ஒப்பாய் இருப்பர்என் றுரைக்க லாமே.

பொருள்: தன் உடலில் உள்ள மயிர் ஒன்று உதிர்ந்துவிட்டாலும், உயிர் வாழாத காட்டிலுள்ள கவரிமான்களைப் போல், தங்கள் உயிரைக் கொடுத்தாவது புகழைப் பெறவே விரும்புவர் தன்மானமுள்ளவர். தன்மானமில்லாதவர்களோ உணர்ச்சியற்று பிணங்களுக்கு இணையாகி, இழிவான கழுதைகளுக்குச் சமமாக வாழ்ந்திருப்பர் என்று சொல்லலாம்.

குறிப்பு: கான் – காடு, கணம் – பெருமை, மழுங்கல் – உணர்ச்சியற்று போதல்

○○○

48. மூடரை மூடரே போற்றுவர்

கழுதை காவெனக் கண்டுநின்(று) ஆடிய அலகை
தொழுது மீண்டுமக் கழுதையைத் துதித்திட அதுதான்
பழுதி லாநமக்(கு) ஆர்றிக ராமெனப் பகர்தல்
முழுதும் மூடரை மூடர்கொண் டாடிய முறைபோல்.

பொருள்: அறிவில்லாத மூடர்களை வேறு மூடர்கள் போற்றுவது ஒரு கழுதை 'கா' எனக் கத்துவதைக் கேட்ட பேய் ஒன்று, கழுதை கனைப்பதை ஏதோ சங்கீதம்

என நினைத்து அக்கழுதையைப் போற்றிப் புகழ்ந்தது. கழுதையானது தனக்கு நிகர் யாருமில்லையென எண்ணிக் கொண்டு மீண்டும் குரல் எழுப்பிற்றாம். இது எப்படி இருக்கிறது என்றால் மூடரை மூடரே போற்றவது போல் ஆகும்.

குறிப்பு: அலகை – பேய், பழுது – குற்றம்

○○○

49. ஒழுக்கமே சிறப்பு

ஆசாரம் செய்வா ராகில் அறிவொடு புகழும் உண்டாம்
ஆசாரம் நன்மை யானால் அவனியில் தேவ ராவார்
ஆசாரம் செய்யா ராகில் அறிவொடு புகழும் அற்றுப்
பேசார்போல் பேச்சும் ஆகிப் பிணியொடு நரகில் வீழ்வார்

பொருள்: ஒழுக்கநெறிப்படி வாழ்பவர்களுக்கு ஞானமும், சிறப்பும் சேரும். அவ்வொழுக்கம் நேர்மையாயிருப்பின் தேவர்கள் ஆவார்கள். நல்வழியில் செல்லாமல் ஒழுக்கம் தவறுபவர்கள் புகழ், பெருமை, சிறப்பு, இழந்து ஊமைகளைப் போல் பேச்சற்று, பிறர் பழித்தலுக்கு ஆளாகி நோயோடு துன்புறுவர். அவர்கள் வாழ்வே நரகமாகும்.

குறிப்பு: ஆசாரம் – ஒழுக்கநெறி, அவனி – இவ்வுலகம், பேசார் – ஊமை, பிணி – நோய்

○○○

50. செல்வம் வந்தால் பல மறந்து போகும்

செல்வம்வந் துற்ற போது தெய்வமும் சிறிது பேணார்
சொல்வதை அறிந்து சொல்லார் சுற்றமும் துணையும் பேணார்
வெல்வதே கரும மல்லால் வெம்பகை வலியென் றெண்ணார்
வல்வினை விளையும் பாரார் மண்ணின்மேல் வாழும் மாந்தர்.

பொருள்: பணம் மனிதர்களிடம் வந்து சேர்ந்துவிட்டால் தெய்வங்களை வணங்கமாட்டார்கள். பிறர் சொல்வதைக் கேட்பதோ கேட்டவற்றிற்கு சரியான பதிலோ கூறமாட்டார்கள். உறவினர்களையும் நண்பர்களையும் மதிக்கமாட்டார்கள். வெற்றியை மட்டுமே இலக்காக நினைப்பார்கள். எதிரிகள் வலிமையாக உள்ளதை ஆராய்ந்து பார்க்கமாட்டார்கள். தன்னிலை மாறி தீவினை சூழும் என்பதையும் கருதிப் பார்க்க மாட்டார்கள்.

குறிப்பு: கருமம் – நோக்கம், வல்வினை – ஊழ்வினை.

○○○

51. சரியான இலக்கு சரியான வெற்றி

யானையைச் சலந்தனில் இழுத்த அக்கரா
பூனையைக் கரைதனில் பிடிக்கப் போகுமோ?
தானையும் தலைவரும் தலம்விட் டேகினால்
சேனையும் செல்வமும் தியங்கு வார்களே.

பொருள்: தண்ணீரில் இருக்கும்போது யானையை பிடித்து விடுகிறது முதலை. அதேசமயம் நிலத்தில்

ஒரு பூனையைக்கூட பிடிக்க முடியாது. அப்படித்தான் படைவீரர்களும் அரசனும். தங்களுக்குச் சாதகமான இடத்தை விட்டுச் செல்வார்களேயானால் படையோடும் செல்வத்தோடும் தடுமாறுவர்.

குறிப்பு: சலம் – நீர், தரா – முதலை, சேனை – படை தியங்குதல் – தடுமாறுதல்.

○○○

52. குணமிலாப் பாவையரை கூடிடாதீர்

கொண்டநற் கலைக ளோடும் குணமிலாக் கோதை மாரைக்
கண்டுவிண் டிருப்ப தல்லால் கனவிலும் புல்லொண் ணாது
உண்டென மதுவை உண்ண ஓவியப் பூவில் வீழ்ந்த
வண்டினம் பட்ட பாடு மனிதரும் படுவர் தாமே.

பொருள்: நல்ல கல்வி அறிவும் குணநலன்களும் இல்லாத பெண்களைக் கண்டால், அவர்களிடமிருந்து விலகி நிற்பதோடு மட்டுமல்லாமல் கனவில் கூட இணையக்கூடாது. அப்படி நினைத்தால் சித்திரத்தில் வரைந்துள்ள செந்தாமரை மலரை உண்மையான பூ என நினைத்து தேன் குடிக்க வந்து அகப்பட்டு வண்டு படும்பாட்டை மனிதரும் பட நேரும்.

குறிப்பு: விண்டு – விலக்கி, புல்ல – சேர, ஒண்ணாது – தகாதது

○○○

53. இறைவனுக்குச் சமமானவன்

மயில்குயில் செங்கா லன்னம் வண்டுகண் ணாடி பன்றி
அயிலெயிற் றரவு திங்கள்ஆதவன் ஆழி கொக்கோ(டு)
உயரும்விண் கமலம் பன்மூன்(று)உறுகுணம் உடையோர் தம்மை
இயல்புறு புவியோர் போற்றும் ஈசனென் றெண்ண லாமே.

பொருள்: *மயில், குயில், சிவந்த கால்களையுடைய அன்னப்பறவை, தேனுண்ணும் வண்டு, முகம் பார்க்கும் கண்ணாடி, கூரிய பல்லுடைய பன்றி, நாகப்பாம்பு, நிலவு, சூரியன், கடல், விரிந்த நீலவானம், தாமரைப் பூ ஆகிய பதின்மூன்றிடமும் உள்ள நல்ல குணங்களைக் கொண்டுள்ள மனிதர்களைப் பூமியில் உள்ளோர் எல்லாம் இறைவனுக்குச் சமமானவர் எனக் கருதலாம்.*

குறிப்பு: *அயில் – கூரிய, எயிறு – பல், ஆழி – கடல்*

○○○

54. தெளிவும் துணிவும் திருவும்...

தெருளிலாக் கலையினார் செருக்கு ஆண்மையும்
பொருளிலா வறிஞர்தம் பொறிய டக்கமும்
அருளிலா வறிஞர்தம் மௌன நாசமும்
கருவிலா மங்கையர் கற்பும் ஒக்குமாம்.

பொருள்: தெளிவில்லாத படிப்பாளிகளின் மேன்மையும், துணிவுடமையும், பொருளில்லாத ஏழை, எளியவர்களின் ஐம்புலன் அடக்கமும் அருளில்லாத

பெரியோர்களின் கோபமும் பிள்ளைப் பேறில்லாத பெண்ணின் கற்பும் ஒன்றுதான்.

குறிப்புரை: தெருள் – தெளிவு, செருக்கு – கர்வம்

○○○

55. அன்புக்கு நிகர் எதுவுமில்லை

சந்திரன் இல்லா வானம் தாமரை இல்லாப் பொய்கை
மந்திரி இல்லா வேந்தன் மதகரி இல்லாச் சேனை
சுந்தரப் புலவர் இல்லாத் தொல்சபை சுதரில் வாழ்வு
தந்திகள் இல்லா வீணை தனமிலா மங்கை போலாம்.

பொருள்: நிலவு இல்லாத வானமும், தாமரை மலராத குளமும், அமைச்சரைப் பெற்றிராத அரசனும், மதத்தினையுடைய யானைகளைக் கொண்டிராத படையும், புலவர்கள் இல்லாத அவையும், புதல்வர்கள் இல்லாத இல்வாழ்க்கையும், நரம்புகளில்லா யாழும் என இவை அனைத்தும் கொங்கைகளில்லா மங்கையைப் போல் பயனற்றவையாம்.

குறிப்புரை: கரி – யானை, சுதர் – புதல்வர்

○○○

56. எங்கிருந்தாலும் இதயம் இணைந்திருக்கும்

மங்குல் ஐம்பதி னாயிரம் யோசனை மயில்கண்டு நடமாடும்
தங்கும் ஆதவன் நூறாயிரம் யோசனை தாமரை முகம்விள்ளும்
திங்கள் ஆதவற்(கு) இரட்டியோ சனைபுறச் சிறந்திடும் அரக்காம்பல்
எங்கண் ஆயினும் அன்பரா யிருப்பவர் இதயம்விட் டகலாரே.

பொருள்: ஐம்பதினாயிரம் யோசனை தூரத்தில் உள்ள மழை மேகம் கண்டு மயில் நடனமாடும். நூறாயிரம் யோசனை தூரத்தில் உள்ள சூரியன் முகம் பார்த்து தாமரை மலரும். அதற்கு இரண்டு மடங்கு தூரத்தில் உள்ள சந்திரனைப் பார்த்து சிவப்பு ஆம்பல் பூக்கள் மலர்ந்திடும். எனவே எங்கிருந்தாலும் அன்புடையவர் இதயத்தால் இணைந்தேயிருப்பர்.

குறிப்புரை: மங்குல் – மழை மேகம், விள்ளுதல் – விரிதல், அரக்கு – சிவப்பு, யோசனை – நாற்பது மைல்

○○○

57. காணக் கிடைக்காதவை

குரைகடல் வறுமையும் குறத்தி உண்மையும்
நரையற மருந்தைஉண் டிளமை நண்ணலும்
விரைசெறி குழலினாள் வேசி யாசையும்
அரையர்அன் பமைவது ஐந்தும் இல்லையே.

பொருள்: அலை ஒலிக்கும் கடலில் தண்ணீர் இல்லாமல் போவதும், குறிசொல்பவனிடத்தில் உண்மை பேசுவதும், வெளுத்தமுடி கறுக்க மருந்து உட்கொண்டு இளமைப் பருவம் மீண்டும் அடைவதும், வாசமிகு மலர்கள் சூடிய விலைமகளிர், உண்மையில் ஒருவர் மேல் ஒருவர் அன்பு வைப்பதும், அரசர்கள் ஒருவருக்கொருவர் அன்பாய் இருப்பதும் ஆகிய ஐந்தும் உலகில் காணக்கிடைக்காதவை.

குறிப்பு: குரை – ஒலி, நரை – வெளுத்தமுடி, நண்ணல் – அடைதல், விரை – வாசம்

○○○

58. வல்லவனுக்கு வல்லவன்

முடவனை மூர்க்கன் கொன்றால்
மூர்க்கனை முனிதான் கொல்லும்
மடவனை வலியான் கொன்றால்
மறலிதான் அவனைக் கொல்லும்
தடவரை முலைமா தேயித்
தரணியில் உள்ளோர்க் கெல்லாம்
மடவனை அடித்த கோலும்
வலியனை அடிக்கும் கண்டாய்.

பொருள்: உடல் உறுப்பு குறைபாடு உடைய ஒருவனை தீயவன் ஒருவன் துன்புறுத்தினால் அத் தீயவனை அவனை விட அதிகக் கோபமுடைய ஒருவன் கொல்வான். அறிவு இல்லாத ஏழை ஒருவனை வலியவன் கொல்வானாயின் அவனை யமன் கொல்வான். இது ஒரு மங்கையை நோக்கி உரைக்கும் மரபுப் பாடலாகும்.

குறிப்புரை: முடவன் – உடல் உறுப்பு குறைபாடுடையவன். மடவன் – எளியவன், ஏழை.

○○○

59. பணமில்லாதவன் பிணமே

பொருளிலார்க்(கு) இன்ப மில்லை புண்ணிய மில்லை என்றும்
மருவிய கீர்த்தி யில்லை மைந்தரின் பெருமை யில்லை
கருதிய கரும மில்லை கதிபெற வழியு மில்லை
பெருநிலந் தனிற்சஞ் சாரப் பிரேதமாய்த் திரிகு வாரே

பொருள்: *பொருள் செல்வமில்லாதவர்களுக்கு மகிழ்ச்சியில்லை, புண்ணியமுமில்லை, புகழுமில்லை, பிள்ளைகளால் வரக்கூடிய பெருமையுமில்லை, நினைத்த காரியம் நிறைவேறுவதில்லை, உயர்வடைய வழியுமில்லை, உயிர் இருந்தும் இந்த மண்ணுலகில் நடைப்பிணமாய்த் திரிய வேண்டியது தான்.*

குறிப்புரை: *கீர்த்தி – புகழ், சஞ்சாரம் – உலவுதல், பிரேதம் – பிணம்*

○○○

60. பிறவிக்குணம் மாறாதது

தூம்பினில் புதைத்த கல்லும் துகளின்றிச் சுடர்கொ டாது
பாம்புக்குப் பால்வார்த் தென்றும் பழகினும் நன்மை தாரா
வேம்புக்குத் தேன்வார்த் தாலும் வேப்பிலை கசப்பு மாறா(து)
ஆம்பல நூல்கற் றாலும் துர்ச்சனர் தக்கோ ராகார்.

பொருள்: *பாதையில் அழுந்திக் கிடக்கிற கல், பலர் பாதம் தேய நடப்பதாலேயே, பட்டைத் தீட்டப்பட்டது போல் புழுதி நீங்கி ஒளி தந்து விடாது, பாம்புக்குப் பால் ஊற்றி தினம் பழகினாலும் அது விடத் தன்மை நீங்கி நல்லது செய்யாது, வேப்பங்கன்றுக்குத் தினம் தினம் தேன் ஊற்றி வளர்த்தாலும் அதன் கசப்பு*

மாறாது. இதுபோலத் தான் தீயவர்கள் பல நூல் படித்தாலும் நல்லவர் ஆகமாட்டார்.

குறிப்புரை: தூம்பு – வழி, துர் – கெட்ட, சனர் – மக்கள், துகள் – தூசு

❍❍❍

62. நம்பத்தகாதவர்கள்

கல்லாத மாந்தரையும் கடுங்கோபத்
துரைகளையும் காலந் தேர்ந்து
சொல்லாத அமைச்சரையும் துயர்க்குதவாத்
தேவரையும் சுருதி நூலில்
வல்லா வந் தணர்தமையும் கொண்டவனோ(டு)
எந்நாளும் வலது பேசி
நல்லார்போல் அருகிருக்கும் மனைவியையும்
ஒருநாளும் நம்பொ ணாதே.

பொருள்: கல்வி அறிவில்லாத மனிதர்களையும், கடுங்கோப மிக்க அரசர்களையும், நிகழ்காலம், எதிர்காலம் இரண்டையும் ஆராய்ந்து தக்க அறிவுரை வழங்காத அமைச்சர்களையும், துன்பப்படும்போது உதவி செய்யாத தெய்வங்களையும், வேதநூலில் தேர்ச்சி பெறாத அந்தணர்களையும், கட்டிய கணவனோடு தினம் வம்பு செய்து நல்லவள் போலக் கூடவே இருக்கும் மனைவியையும் ஒரு நாளும் நம்பக் கூடாது.

குறிப்புரை: வல்லா – வல்லமை அல்லாத, வலது – சமர்ந்து

❍❍❍

62. அன்புகாட்டத் தகுதியற்றவன்

தேளது தீயில் வீழ்ந்தால் செத்திடா தெடுத்த பேரை
மீளவே கொடுக்கி னாலே வெய்துறக் கொட்ட லேபோல்
ஏளனம் பேசித் தீங்குற்(று) இருப்பதை எதிர்கண் டாலும்
கோளினர் தமக்கு நன்மை செய்வது குற்ற மாமே.

பொருள்: நெருப்பினில் வீழ்ந்த தேளொன்றைக் காக்கும் நோக்கில் அதனை அத்தீயிலிருந்து எடுத்தவர்களைத் தேளானது மீண்டும் மீண்டும் தன் கொடுக்குகளால் கொட்டுவதைப் போல, தீயவர்கள் பிறர் இகழ்ச்சிக்கு ஆளாகித் துன்பம் அடைந்திருப்பதை எதிரிலேயே பார்த்த போதிலும் அவர்களுக்கு நன்மை செய்யாமல் விட்டு விடுவதே நல்லது. அவர்களுக்கு நன்மை செய்வது தீமையாகவே முடியும்.

குறிப்புரை: கோளினர் – தீயவர்கள், வெய்துறுதல் – துன்பமடைதல்.

○○○

63. கற்றவரை அரசனும் வணங்குவான்

அறிவுளோர் தமக்கு நாளும் அரசரும் தொழுது வாழ்வார்
நிறையொடு புவியி லுள்ளோர் நேசமாய் வணக்கஞ் செய்வார்
அறிவுளோர் தமக்கு யாதோர் அசடது வருமே யாகில்
வெறியர்என் றிகழார் என்றும் மேதினி உள்ளோர் தாமே

பொருள்: அறிவுமிக்க அறிஞர்களைப் பெரியோரும் அரசரும் வணங்கித் தொழுவார்கள், உலகமக்களும் போற்றி வணங்குவர், இப்படிப்பட்ட அறிவுடைய

சான்றோருக்கு இழுக்கு நேர்ந்துவிட்டால் கூட, உலகத்தார் அதனால் அவர்களை இகழமாட்டார்கள். எப்போதும் போலவே அன்புகாட்டுவர்.

குறிப்புரை: அசடு – இழுக்கு (கீழ்மை), வெளிதல் – வெறுத்தல்

○○○

64. பிறர் அறியக் கூடாத செயல்கள்

குருவுப தேசம் மாதர் கூடிய இன்பம் தன்பால்
மருவிய நியாயம் கல்வி வயது தான் செய்த தர்மம்
அரியமந் திரம்வி சாரம் ஆண்மையிங் கிவைக ளெல்லாம்
ஒருவரும் தெரிய ஒண்ணா(து) உரைத்திடில் அழிந்து போமே.

பொருள்: ஆசிரியர் சொல்லிய அறமொழி, பெண்ணிடம் கூடிப்பெற்ற சுகம், தன்பக்கமுள்ள நியாயம், தான் கற்ற கல்வி, தான் செய்த தான தருமங்கள், பூசைக்குரிய மந்திரங்கள், தன்னுடைய துக்கம், தன்னுடைய வலிமை ஆகியவற்றைப் பிறர் அறியும் வகையில் சொல்லக் கூடாது.

குறிப்புரை: விசாரம் – துக்கம் (ஆராய்ச்சி), நியாயம் – வாய்மை, மந்திரம் – எண்ணம்.

○○○

65. பிறர்க்குக் கொடுப்பதைத் தடுப்பது இழிவு

இடுக்கினால் வறுமை யாகி
ஏற்றவர்க்(கு) இசைந்த செல்வம்
கொடுப்பது மிகவும் நன்று
குற்றமே யின்றி வாழ்வார்
தடுத்ததை விலக்கி னோர்க்குத்
தக்கநோய் பிணிக ளாகி
உடுக்கவே உடையு மின்றி
உண்ணுசோறும் வெல்ல மாமே.

பொருள்: வறுமையால் வாடி, இல்லை என்று யாசிப்பவர்களுக்கு மகிழ்வோடு கொடுத்து உதவுவதே நல்லது. அப்படிக் கொடுத்து வாழ்பவர்கள் குறைவின்றி வாழ்வார்கள். அப்படிக் கொடுத்து உதவுபவர்களைத் தடுத்து நிறுத்துபவர் நோய் நொடியால் துன்பப்படுவர். உடுத்த உடையின்றி ஒருவேளைச் சோறு கிடைப்பது, கைக்கு எட்டாததாக ஆகிவிடும்.

குறிப்புரை: இடுக்கு – நெருக்கடி, இசைந்த – முடிந்த

○○○

66. உண்மை சொன்னால் உண்டு வாழ்வு

மெய்யதைச் சொல்வா ராகில்
விளங்கிடும் மேலும் நன்மை
வையகம் அதனைக் கொள்வார்
மனிதரில் தேவ ராவார்

பொய்யதைச் சொல்வா ராகில்
போசனம் அற்ப மாகும்
நொய்யரி சியாகா தென்று
நோக்கிடார் அறிவுள்ளோரே.

பொருள்: *உண்மையைப் பேசுபவர்களுக்கு உலகில் நன்மையுண்டாகும். அவர்களை அனைவரும் போற்றுவர், மனிதரில் மாமனிதராக தேவராக அவர்கள் திகழ்வார்கள். பொய் பேசுபவர்களுக்கு உண்ண உணவு கிடைக்காது. பொய் பேசுபவர்களை இழிவானவர்களென்று அறிவுடையோர் அவர்களை மதிக்கமாட்டார்கள்.*

குறிப்புரை: *போசனம் – உணவு, நொய்யர் – அற்பமானவர் (இழிவானவர்).*

○○○

67. இவர்கள் நரகம் சேர்வர்

தந்தையுரை தட்டினவன் தாயுரை இகழ்ந்தோன்
அந்தமுறு தேசிகர்தம் ஆணையை மறந்தோன்
சந்தமுறு வேதநெறி தாண்டினஇந் நால்வர்
செந்தழலின் வாயினிடை சேர்வதுமெய் கண்டீர்.

பொருள்: *தந்தையின் அறிவுரையைக் கேட்காதவன், தாயின் புத்திமதியை ஏளனப்படுத்தியவன், ஆசிரியரின் கட்டளையை ஏற்க மறுப்பவன், வேதம் கூறும் வாழ்க்கை நெறிமுறையை மீறியவன், இவர்கள் அனைவரும் நரகம் சேர்வர்.*

குறிப்புரை: *அந்தம் – அருள், சந்தம் – மேன்மை*

○○○

68. பொய் தீர்ப்பு சொல்பவர் அழிவர்

நாரிகள் வழக்க தாயின் நடுவறிந் துரைப்பார் சுத்தர்
ஏரிபோல் பெருகி மண்மேல் இருகணும் விளங்கி வாழ்வார்
ஓரமே சொல்வா ராகில் ஓங்கிய கிளையும் மாண்டு
தீரவே கண்ணி ரண்டும் தெரியாது போவார் தாமே.

பொருள்: ஏழை, எளிய, பெண்கள் தொடுத்த வழக்கானாலும் உண்மை அறிந்து நடுநிலைமையோடு தீர்ப்பு சொல்பவர்களே உண்மையான நீதி அரசர்கள். அப்படிப்பட்டவர்களின் செல்வமும் வாழ்வும் ஏரி நீர் போல எல்லோருக்கும் பயன்படும். மண்ணில் வாழ்மக்களுக்கு இரு கண் என வாழ்வர். அப்படி இல்லாமல் நடுநிலைமை தவறி நீதி வழங்குவார்களேயானால், அவர்களது உறவும், சுற்றமும் அழிந்து முகத்தில் உள்ள இரு விழிகளும் குருடாகிப் போய்விடும்.

குறிப்புரை: நாரிகள் – பெண்கள், ஓரம் – நடுநிலைமை தவறுதல்

○○○

69. வேகமானது காதல்

துப்புறச் சிவந்த வாயாள் தூயபஞ் சணையின் மீதே
ஒப்புறக் கணவ னோடே ஓர்லீலை செய்யும் போது
கற்பகம் சேர்ந்த மார்பில் கனதனம் இரண்டும் தைத்தே
அப்புறம் உருவிற் றென்றே அங்கையால் தடவிப் பார்த்தாள்.

பொருள்: செக்கச்சிவந்த வாயையுடைய ஒரு பெண் பஞ்சணையில் கணவனோடு கூடிக்களித்து

இன்ப விளையாட்டில் ஈடுபட்டிருப்பாள். அப்படி ஈடுபட்டவள் பனைமரம் போல் வைரம் பாய்ந்த அவன் மார்பில் தன்னுடைய பருத்த இரண்டு கொங்கைகளையும் அவன் மார்போடு தழுவியபோது அது அவன் மார்பைத் துளைத்து முதுகுபக்கம் வந்து விட்டதோ என நினைத்துக் கொண்டது போல தன்னுடைய அழகிய உள்ளங்கையால் அவன் முதுகைத் தடவினாளாம்.

குறிப்பு: துப்பு – பவளம், கற்பகம் – பனை, அங்கை – உள்ளங்கை.

○○○

70. அன்பு உள்ளவரைதான் உறவு

ஏரிநீர் நிறைந்த போ(து) அங்
கிருந்தன பட்சி யெல்லாம்
மாரிநீர் வறண்ட போ(து) அப்
பறவையங் கிருப்ப துண்டோ?
பாரினை யாளும் வேந்தன்
பட்சமும் மறந்த போதே
யாருமே நிலையில் லாமல்
அவரவர் ஏகு வாரே.

பொருள்: ஏரி நிறையத் தண்ணீர் இருக்கும்போது, அங்கே பறவைக்கூட்டம் மிகுந்திருக்கும். மழை பொய்த்துவிட்டால் ஏரி வற்றிவிடும். அப்போது பறவைகள் அங்கு இருக்குமா? வேறு குளம், ஏரி, தேடிப்போய் விடும். அதுபோலத்தான், நாடாளும் அரசன் மக்களிடம் அன்பு காட்ட மறுப்பானானால், அவனை நெருங்கி யாரும் இருக்கமாட்டார். அன்பைத் தேடி அவரவர் வேறு இடம் போய்விடுவர்.

குறிப்புரை: மாரி – மழை, பட்சம் – அன்பு, ஏகுதல் – போதல்

○○○

71. பசிக்கு யாசிப்போரைப் பற்றி

மண்ணார் சட்டி கரத்தேந்தி
மரநாய் கௌவும் காலினராய்
அண்ணார்ந் தேங்கி இருப்பாரை
அறிந்தோம் அறிந்தோம் அம்மம்மா
பண்ணார் மொழியார் பாலடிசில்
பைம்பொற் கலத்தில் பரிந்தூட்ட
உண்ணா நின்ற போதொருவர்க்(கு)
உதவா மாந்தர் இவர்தாமே.

பொருள்: மண்ணாலான சட்டியைக் கைகளில் தாங்கிக்கொண்டு நாய்கடிக்கும் கால்களுடன் பிறர்முகம் நோக்கி யாசிப்பவர்களை இவர்கள் யாரென்று நாம் தெரிந்து கொண்டோம். இவர்கள் யாரென்றால் இசை போன்ற இனிய சொற்களைப் பேசுகின்றவர்களாகிய பெண்கள், பால் சாதத்தை புதிய பொன்பாத்திரத்தில் வைத்து அறுசுவை உணவுப்படைக்க உண்டு கொண்டிருக்கும்போது, பிச்சை என்று கேட்டு வந்தவர்களுக்கு ஏதும்போட மறுத்தவர்கள், அதன் பலனைத் தற்பொழுது திருவோடு ஏந்தி தெருத்தெருவாய்த் திரிந்து அனுபவிக்கிறார்கள்.

குறிப்புரை: மரநாய் – ஒரு வகை நாய், பண் – இனிமை, கலம் – பாத்திரம்.

○○○

72. செய்த பாவப்பயன்

மண்டலத் தோர்கள் செய்த
        பாவம்மன் னவரைச் சேரும்
திண்டிநல் மன்னர் செய்த
        தீங்குமந் திரியைச் சேரும்
தொண்டர்கள் செய்த தோடம்
        தொடர்ந்துதம் குருவைச் சேரும்
கண்டன மொழியாள் செய்த
        கள்ளமும் கணவர்க் காமே.

பொருள்: *நாட்டில் உள்ளவர்கள் செய்த பாவம் நாடாளும் மன்னனைச் சாரும். வலிமைமிகு அரசர்களின் கொடுமை, அவனுடைய மந்திரியை அடையும். அடியவர்கள் செய்த தீமை அவர்கள் தலைவனைச் சாரும். கற்கண்டு போல் இனியமொழி பேசும் மனைவியர் செய்த பாவம் கணவனையே பற்றும்.*

○○○

74. சொர்க்கம் போல் சுகம்

நற்குண முடைய வேந்தை நயந்துசே வித்த லொன்று
பொற்புடை மகளி ரோடு பொருந்தியே வாழ்த லொன்று
பற்பல ரோடு நன்னூல் பகர்ந்துவா சித்த லொன்று
சொற்பெறும் இவைகள் மூன்றும் இம்மையில் சொர்க்கம் தானே.

பொருள்: *நல்லகுணநலன்களையுடைய மன்னனைப் போற்றி வணங்குவதும், அழகு நலமிக்க பெண்களுடன் கூடி வாழ்வதும் கற்றறிந்த பலருடன் அறிவு நூல்கள் ஆய்ந்தறிந்து கற்பதும், கற்றுத் தருவதும், பெருமைக்குரிய*

இம்மூன்றும் இவ்வுலகில் இனிய சொர்க்கம் போல் சுகம் தரக்கூடியது.

குறிப்புரை: நயந்து – விரும்பி, பொற்பு – அழகு, பகரிதல் – சொல்லுதல்.

○○○

74. இறைவனைத் தொழுவதில் ஈடில்லா இன்பம்

நிட்டையிலே யிருந்துமனத் துறவடைந்த
　　　பெரியோர்கள் நிமலன் தாளைக்
கிட்டையிலே தொடுத்துமுத்தி பெருமளவும்
　　　பெரியசுகம் கிடைக்கும் காம
வெட்டையிலே மதிமயங்கும் சிறுவருக்கு
　　　மணம்பேசி விரும்பித் தாலி
கட்டையிலே தொடுத்துநடுக் கட்டையிலே
　　　கிடத்துமட்டும் கவலை தானே.

பொருள்: இறை நினைவில் மனதை நிறுத்தி அகப்பற்றை நீக்கிய பெருமையுடையோர்க்கு இறைவனது திருவடியை மனதில் பதித்தது முதல் அவர்கள் முத்தி அடையும் வரை பேரானந்தம் கிட்டும். ஆனால் காமத்தால் புத்தி கெட்டுப் போகும் சிறுமை உடையார்க்கோ திருமணம் நிச்சயம் செய்தது முதல் திருமணம் செய்ததுவரை பாடையினிடையே படுக்க வைக்கும் மரணகாலம் வரை துன்பமே தொடரும்.

குறிப்பு: வெட்டை – வெப்பம், கட்டை – பாடை, நிட்டை – நிஷ்டை

○○○

75. தெய்வம்தான் காப்பாற்ற வேண்டும்

அன்னம் பழித்தநடை ஆலம் பழித்தவிழி
அமுதம் பழித்த மொழிகள்
பொன்னம் பெருத்தமுலை கன்னங் கறுத்தகுழல்
சின்னஞ் சிறுத்த இடைபெண்
என்னஞ் சுருக்க அவள் தன்நெஞ்சு கற்றகலை
என்னென் றுரைப்பதினிநான்
சின்னஞ் சிறுக்கியவள் வில்லங்க மிட்டபடி
தெய்வங்கட் கபயமே.

பொருள்: *அன்னப்பறவையின் நடையைப் பழிக்கின்ற நடையழகும், கொல்லும் விடத்தை வெல்லும் கூரிய கண்களும், அமுதம் வெட்கும் படியான இனிய வாய்ச்சொல்லும், பொன்னிற மிக்க பெரிய மார்பும், கருத்த கருங்கூந்தலும், சின்னஞ்சிறிய சிற்றிடையுடைய பெண்ணான இவள் என் நெஞ்சை உருக வைக்கும் வித்தையை எங்கு கற்றாளோ? இவளால் நான் படும்பாட்டை என்னவென்று சொல்வேன். இந்தப் பொல்லாத பெண்ணால் நான்படும் துன்பத்திலிருந்து தெய்வம்தான் என்னைக் காப்பாற்ற வேண்டும்.*

குறிப்புரை: *ஆலம் – நஞ்சு, பொன்னம் – பொன்னைப் போன்ற, கலை – வித்தை, அபயம் – துணை*

○○○

76. தொடர் துயரம்

ஆவீன மழைபொழிய இல்லம் வீழ
அகத்தினளும் மெய்நோவ அடிமை சாவ
மாஈரம் போகுதென்று விதைகொண் டோட
வழியிலே கடன்காரர் மறித்துக் கொள்ளக்

கோவேந்தர் உழுதுண்ட கடமை கேட்கக்
குருக்கள்வந்து தட்சணைக்குக் குறுக்கே நிற்கப்
பாவாணர் கவிபாடிப் பரிசு கேட்கப்
பாவிமகன் படுந்துயரம் பார்க்கொணாதே.

பொருள்: வீட்டில் உள்ள பசு கன்றை ஈன்றெடுக்க அப்போது மழை பெய்ய வீடு இடிந்து விழ, அதே நேரத்தில் நிலத்தில், ஈரம் காய்ந்து விடுமே என்று பதறி விதை நெல்லைத் தூக்கிக்கொண்டு நான் ஓட, அப்படிப்போகும் வழியில் கடன்காரர்கள் மறித்து கடனைக் கேட்க, அதே நேரத்தில் அந்த வேளையில் ஆசிரியரும் தட்சிணையை எதிர்பார்த்து என் குறுக்கே நிற்க, புலவரும் கவி பாடி பரிசு கேட்க, இவ்விதம் பாவிமகனாகிய நான் ஒருசேர அடைந்த தொடர் துயரத்தை யாராலும் பார்க்க முடியாது.

குறிப்புரை: *ஆ – பசு, அகத்தினள் – இல்லாள், மா – வயல் (விளை நிலம்)*

○○○

77. வாழ்வின் பகைகள்

தாய்பகை பிறர் நட்பாகில் தந்தையும் கடன்வைத் தானேல்
மாய்பகை மனைவி யாரும் மாவழ குற்றபோது மதியைத்தான் இழப்பாளாகில்
பேய்பகை பிள்ளை தானும் பெருமைநூல் கல்லாவிட்டால்
சேய்பகை ஒருவர்க் காகும் என்றனர் தெளிந்த நூலோர்.

பொருள்: தனக்கு எதிர்ப்பாகவும் பிறர்க்கு ஆதரவாகவும் நடக்கும் தாய், கடன்காரனாகி விட்ட தந்தை, பேரழகு மிக்க மனைவி, அறிவு நூல்களைக்

கல்லாத பிள்ளைகள், இவர்கள் எல்லாம் வாழ்வின் தீராத பகை ஆகும்.

குறிப்புரை: *மாய்ப்பகை – கொல்லும் பகை, பேய்பகை – பெரும்பகை*

❍❍❍

79. நிலைகெட்டால் உறவும் நிறம் மாறும்

நிலைதளர்ந் திட்டபோது நீணிலத்(து) உறவு மில்லை
சலமிருந் தகன்ற போது தாமரைக்(கு) அருக்கன் கூற்றம்
பலவனம் எரியும் போது பற்றுதீக்(கு) உறவாம் காற்று
மெலிவது விளக்கே யாகில் மீண்டும்அக் காற்றே கூற்றாம்.

பொருள்: *உயர்நிலை மாறி தாழ்நிலை வந்துவிட்டால் உலகில் உறவும், சுற்றமும் இல்லாமல் போய்விடும். எப்படி என்றால் சூரியன் வரவு கண்டே தாமரை மலரும். ஆனால் குளத்தில் நீர் வற்றிவிட்டால் எந்தச் சூரிய ஒளியால் தாமரை முகம் மலர்ந்ததோ அந்தச் சூரிய ஒளியே அதற்கு எமனாகி தாமரை காய்ந்து கருகும். அதுபோல காடுகள் பற்றி எரிந்து, தீ பரவக் காரணமான காற்றே விளக்கின் சுடர் மெலிதாக எரியும் போது வேகமாக வீசி அதை அணைக்கும். எரியும் விளக்குக்கு காற்றே எமனாகும்.*

குறிப்புரை: *அருக்கண் – சூரியன், வனம் – காடு, கூற்றம் – எமன்*

❍❍❍

79. கொடுப்பதால் யாரும் கெடுவதில்லை

மடுத்தபா வாணர் தக்கோர்
மறையவ இரப்போர்க் கெல்லாம்
கொடுத்துயார் வறுமை யுற்றார்?
கொடாதுவாழ்ந் தவர்ஆர்? மண்மேல்
எடுத்துநா டுண்ட நீரும்
எடாதகாட் டகத்துநீரும்
மடுத்தகோ டையிலே வற்றி
அல்லதில் பெருகும் தானே.

பொருள்: தங்களை வந்தடைந்த புலவர்கள், தகுதியான மேலோர் அந்தணர் மற்றும் இல்லை என்று யாசித்து வருபவர்களுக்கு எல்லாம் இல்லை என்று சொல்லாது கொடுப்பதால் யாரும் வாழுவதில்லை. ஆனால் பிறர்க்குக் கொடுக்காது வாழ்ந்தவர்கள் செழிப்பாக வாழ்ந்தார்கள் என்று சொல்லமுடியாது. உதாரணத்துக்குச் சொல்ல வேண்டுமானால் ஊர்கிணற்றில் எல்லோரும் தினம் நீர்மொள்ளுகிறார்கள். ஆனால் காட்டில் இருக்கிற குளத்தில் நீரை யாரும் எட்டிப் பார்ப்பதில்லை. ஆனால் கோடைகாலத்தில் கிணற்று நீரும், குளத்து நீரும் வற்றிப் போகிறது, மழை பெய்யும்போது நீர்நிறைந்திருக்கின்றனவே அதுபோல எடுக்கக் குறையாத கிணற்றுநீர் போலக் கொடுக்கக் குறைவுபடாது மனித வாழ்க்கை.

குறிப்புரை: மடுத்தல் – சேருதல், காட்டகத்துநீர் – காட்டில் உள்ள குளத்து நீர்.

OOO

80. யாரை துயர் செய்வான் காமன்?

உணங்கி ஒருகால் முடமாகி
ஒருகண் ணின்றிச் செவியிழந்து
வணங்கு நெடுவால் அறுப்புண்டு
மன்னும் உலகில் வயிறொட்டி
அணங்கு நலிய மூப்பெய்தி
அகல்வாய் ஓடு கழுத்தேந்திச்
சுணங்கன் முடுவல் பின்சென்றால்
யாரைக் காமன் துயர்செய்யான்.

பொருள்: மெலிந்த உடல் ஒருகால் நொண்டியாகி, ஒரு கண்ணும் இழந்து காதும் போய் வளைந்த நீண்டவால் அறுப்பட்டு, வயிறு ஒட்டி போய் அழகுகெட்டு முதுமையடைந்து அகன்ற வாயுடைய கலவடையைக் கழுத்தில் மாட்டிக்கொண்டு திரியும் ஆண்நாய் கூட பெண் நாயைத் துரத்திக்கொண்டு போகிறநிலை இருக்கையில் மற்ற யாரை மன்மதன் விட்டு வைப்பான்.

குறிப்புரை: வணங்கி – மெலிந்து, அணங்கு – அழகு, சுணங்கன் – ஆண்நாய், முடுவல் – பெண்நாய்

○○○

81. இறைவா ஏன் படைத்தாய்?

கன்மனப் பார்ப்பார் தங்களைப் படைத்துக்
காகத்தை என்செயப் படைத்தாய்?
துன்மதி வணிகர் தங்களைப் படைத்துச்
சோரரை என்செயப் படைத்தாய்?

வன்மன வடுகர் தங்களைப் படைத்து
வானரம் என்செயப் படைத்தாய்?
நன்மனை தோறும் பெண்களைப் படைத்து
நமனையும் என்செயப் படைத்தாய்?

பொருள்: கல்லைப் போன்ற நெஞ்சுடைய பார்ப்பனர்களைப் படைத்த கடவுளே! கூடவே திருட்டுப் புத்தியுடைய காகத்தை எதற்காகப் படைத்தாய்? கெட்ட அறிவுடைய வணிகர்களைத் தான் படைத்தாய், போதாதற்கு விலைமாதுவையும் படைத்தாய்? வலிய மனம் உடைய வடுகர்களைப் படைத்தாய் போதாவா? கூடவே வானரத்தையும் எதற்காகப் படைத்தாய்? எல்லாவற்றிற்கும் மேலாக எமனையும் எதற்காகப் படைத்தாய்? இவற்றில் ஏதாவது ஒன்று போதும் இத்தனையும் தேவையில்லை.

குறிப்புரை: *சோரர் – திருடர் (விலைமாதர்)*, வடுகர் – தெலுங்கர், வானரம் – குரங்கு

○○○

82. தலைவியின் ஏக்கம்

உண்ணல்பூச் சூடநெஞ் சுவத்தல் ஒப்பனை
பண்ணஎல் லாமவர் பார்க்கவே யன்றோ?
அண்ணல்தம் பிரிவினை அறிந்தும் தோழிநீ
மண்ணவந் தனைஇது மடமை யாகுமால்.

பொருள்: அன்பானவளே, மனமகிழ சாப்பிடுவதும், மலர் சூடிக்கொள்வதும் உள்ளம் மகிழ்வதும், அலங்காரம் செய்து கொள்வதுமாகிய அனைத்தும் என்

கணவர் காண்பதற்காக அல்லவா! என் தலைவனின் பரிவை அறிந்திருந்தும் என்னை அலங்கரிப்பதற்காக வந்திருக்கிறாய்; இச்செயல் முட்டாள்தனமானது.

குறிப்புரை: உவத்தல் – மகிழ்தல், மண்ணில் – அலங்கரித்தல், அண்ணல் – அன்புக்கணவன்

○○○

83. எட்டிக்காய்கள்

கோளரி அடர்ந்த காட்டில் குறங்கில்வைத் தமுதம் ஊட்டித்
தோளினில் தூக்கி வைத்துச் சுமந்துபே றாவ ளர்த்த
ஆளனைக் கிணற்றில் தள்ளி அழகிலா முடவர் சேர்ந்தாள்
காளநேர்க் கண்ணி னாரைக் கனவிலும் நம்பொ ணாதே.

பொருள்: தான் நோயில் வருந்திய நிலையில் தன் மடியில் வைத்துச் சோறூட்டி, தோள்களில் தூக்கிச் சுமந்து கொண்டு பாக்கியமாகக் கருதித் தன்னை நலம்பெறச் செய்த கணவனை, கொடிய சிங்கங்கள் அலையும் காட்டில் ஒரு கிணற்றில் தள்ளிவிட்டு நொண்டி ஒருவனைக் கூடினாள். (இப்படி ஒரு நிகழ்வு நடந்திருக்கிறது) ஆதலால் விடத்தை நிகர்த்த விழிகளையுடைய பெண்களைக் கனவில் கூட நம்புதல் தகாது.

குறிப்புரை: அரி – சிங்கம், கோள் – கொடுமை, காளம் – விடம், குறங்கு – தொடை

○○○

84. பேயே மேல்

சேய்கொண்டா ருங்கமலச் செம்மலுட னேஅரவப்
பாய்கொண்டா ரும்பணியும் பட்டீச்சு ரத்தானே
நோய்கொண்டா லுங்கொளலாம் நூறுவய தாமளவும்
பேய்கொண்டா லுங்கொளலாம் பெண்கொள்ளலாகாதே.

பொருள்: *முருகனைப் பெற்ற சிவனும், செந்தாமரையில் வீற்றிருக்கும் பிரம்மனும், ஆதிசேஷன் என்னும் பாம்புப் படுக்கையில் துயிலும் திருமாலும், பணிகின்ற பட்டிசுவரமென்னும் தலத்தில் எழுந்தருளியிருக்கும் துர்க்காதேவியே, நோயால் துன்பப்பட்டாலும் படலாம் பேயோடு சேர்ந்து நூறு வயதாகும்வரை வாழ்ந்தாலும் வாழலாம் ஆனால் பெண்ணோடு கூடி வாழ்வது முடியாது.*

குறிப்புரை: *சேய் – முருகன், கமலச் செம்மல் – பிரம்மன்*

○○○

85. புதுமையான உரையாடல்

நான மென்பது மனங்கமழ் பொருளது நாவிலுண் பதுவோசொல்
ஊனு ணங்குவோய் மடந்தையர் அணிவதே உயர்முலைத் தலைக்கோட்டில்
ஆன தங்கது பூசினால் வீங்குவ(து) அமையுமோ எனக்கேட்க
சான வேட்டுவச் சேரிவிட் டகன்றனர் கடிகமழ் விலைவாணர்.

பொருள்:

(வேட்டுவச்சேரிக்கு சென்ற வியாபாரிக்கும் வேடனுக்கும் இடையே நடந்த உரையாடல்)

வியாபாரி: கஸ்தூரி என்பது வாசனை தரும் பொருள்.

வேடன்: அது நாவினால் சுவைத்து உண்ணக் கூடியதா? சொல்வாயாக!

வியாபாரி: தசையற்ற வேடனே இது பெண்கள் தங்கள் பருத்த தனங்களின் (மார்பின்) மீது பூசிக் கொள்வதாகும்.

வேடன்: அப்படிப் பூசுவதால் வீங்கியிருக்கும் அந்த கட்டிகள் அமுங்கி விடுமோ?

இப்படி கேட்டதும் வியாபாரி வேட்டுவச்சேரியை விட்டு நீங்கினான்.

குறிப்புரை: நானம் – வாசனை (புனுகு), உணங்குதல் – வற்றுதல், சேரி – குடியிருப்பு

○○○

86. இன்பமும் வாழ்வும்

கொண்டு விண்படர் கருடன்வாய்க் கொடுவரி நாகம்
விண்ட நாகத்தின் வாயினில் வெகுண்டவன் தேரை
மண்டு தேரையின் வாயினில் அகப்படு வண்டு
வண்டு தேன்நுகர் இன்பமே மானிடர் இன்பம்.

பொருள்: நீண்ட நாகப்பாம்பைப் பற்றிக்கொண்டு விண்ணில் பறக்கும் கருடன். கருடன் பற்றிய நாகப்பாம்பின் வாயில் தவளை இருக்கும். தவளையின் வாயில் வண்டு அகப்பட்டுக் கொள்ளும். இப்படி அகப்பட்டுக் கொள்ளும் வண்டு தேனை உண்ண விரும்புவது போன்றே மானுடர் அனுபவிக்கும் இன்பமும் வாழ்வும்.

குறிப்புரை: கொடு - வளைந்த, விண்ட - சொல்லப்பட்ட.

87. இழிந்த குணம் மாறாது

கற்பூரப் பாத் திகட்டிக் கத்தூரி
　　எருப்போட்டுக் கமழ்நீர் பாய்ச்சிப்
பொற்பூர உள்ளியினை விதைத்தாலும்
　　அதன்குணத்தைப் பொருந்தக் காட்டும்
சொற்பேதை யருக்கறிவிங் கினிதாக
　　வருமெனவே சொல்லி னாலும்
நற்போதம் வாராதங் கவர்குணமே
　　மேலாக நடக்குந் தானே.

பொருள்: கற்பூரத்தால் பாத்திபிடித்து வைத்து, கஸ்தூரி முதலிய வாசனைப் பொருட்களை இட்டு வெங்காயத்தைப் பயிர் செய்த போதிலும், வெங்காயம் துர்வாசனை குணத்தை வெளிப்படுத்தும். அவ்வாறே இவ்வுலகில் மூடருக்கு அறிவு வரும் எனக் கருதி, நல்ல இனிய உபதேசங்களைச் சொன்னாலும், நல்லறிவு அவர்களுக்கு வருவதில்லை. அவர்களது இயற்கைக் குணமே மிகுதிப்பட்டு வெளிவரும்.

குறிப்புரை: பொற்பு - அழகு, உள்ளி - வெங்காயம்

○○○

88. மங்கையின் மயக்கம்

தண்டு லாவிய தாமரைப் பொய்கையில்
மொண்டு நீரை முகத்தரு கேந்தினாள்
கெண்டை கெண்டையெ னக்கரை யேறினாள்
கெண்டை காண்கிலள் நின்றுத யங்கினாள்.

பொருள்: *கொடிகள் படர்ந்த தாமரைக்குளத்திலே இறங்கிய பெண் தன் இருகைகளாலும் குளத்து நீரை எடுத்து தன்முகத்தருகே கொண்டு போனாள். அந்நீரில் தன் நிழலைப்பார்த்து மயங்கி தன் விழிகளைக் கண்டு கெண்டை, கெண்டை என அலறி கரைக்கு ஓடினாள். பிறகு நின்று பார்த்து கெண்டையைக் காணாது திகைத்து நின்றாளாம்.*

குறிப்புரை: *உலவிய – படர்ந்த, கெண்டை – ஒரு வகை மீன்.*

○○○

89. திமிர் பிடித்தோரிடம் கூடாநட்பு

மருவு சந்தனக் குழம்பொடு நறுஞ்சுவை நலம்பெற அணிந்தாலும்
சருவ சந்தேக மனமுள மாதரைத் தழுவலு மாகாதே
பருவ தங்கள்போற் பலபல நவமணிப் பைம்பொனை ஈந்தாலும்
கெருவம் மிஞ்சிய மானிடர் தோழமை கிட்டலு மாகாதே.

பொருள்: *புனுகு, கஸ்தூரி போன்ற பலவகை வாசனைப் பொருள் கலந்த சந்தனக் கலவையைப் பூசிக் கொண்டு இனிய சுவை பொருந்த அழகோடு விளங்கினாலும், எப்போதும் எவரிடத்தும்*

சந்தேகப்படுகின்ற பெண்களுடன் கூடிக்களிக்க கூடாது. மலைபோல பலவித நவரத்தினக் குவியலையும் பொன் ஆபரணங்களையும், கொட்டிக் கொடுத்தாலும் தான் எனும் திமிர்பிடித்த ஆடவர் நட்பை அருகில் வரவும் விடக்கூடாது. ஐயம் கொண்ட பெண்கள், அகந்தை கொண்ட ஆடவர் இருவர் நட்பும் ஆகாது.

○○○

90. பெண்ணழகு

நிலைத்தலை நீரின் மூழ்கி நின்றவள் தன்னை நேரே
குலைதலை மஞ்ஞை கண்டு கூவெனக் காவில் ஏக
முலைத்தலை அதனைக் கண்டு மும்மதக் கரிவந் துற்ற
தலைத்தலைச் சிங்கமென்றக் களிறவை ஏகிற் றம்மா.

பொருள்: தண்ணீரில் மூழ்கி எழுந்தபடியே ஒரு பெண் தரையில் வந்து நின்றால், அவளின் கலைந்துகிடக்கும் கருங்கூந்தலை மழை மேகம் என்று எண்ணிக் கொண்ட மயில்கள் 'கூ' எனக் கூவிக் கொண்டு காட்டுக்குள் ஓடின. அவள் மார்பகங்களைக் கண்டு மத்தகம் என்று நினைத்துக் கொண்டு நெருங்கிய யானைகள், அருகே வந்ததும் அவளைக் கண்டு சிங்கம் என்று பயந்து திரும்பிப் போயின.

குறிப்புரை: குலைதலை – கலைந்த கூந்தல், மத்தகம் – பிடரி, நிலத்தலை – நிலத்தின்மேல்

○○○

91. பேராசை

கரியொரு திங்க ளாறு கானவன் மூன்று நாளும்
இரிதலைப் புற்றில் நாகம் இன்றுணும் இரையீ தென்று
விரிதலை வேடன் கையில் விற்குதை நரம்பைக் கவ்வி
நரியனார் பட்ட பாடு நாளையே படுவர் தாமே.

பொருள்: வேடனொருவன் யானையின் மீது அம்பை எய்து கொன்று வீழ்த்த அப்போது பாம்பு ஒன்று அவனைக் கடித்து விட, அவன் இறந்து அந்தப் பாம்பு மீது விழ, பாம்பும் அவ்விடத்திலே இறந்துவிட்டது. இம்மூன்றையும் பார்த்த நரியொன்று சந்தோஷப்பட்டது. இந்த யானை ஆறு மாதத்திற்கு உணவாகும்; வேடன் மூன்று நாளைக்கு உணவாவான்; பாம்போ இன்றைக்கு உணவாகும் என்று கருதியபடியே வேடனது கரத்திலிருந்த வில்லில் பூட்டப்பட்ட நரம்பை பாம்பென்று கடித்திட அதன் வில் விசைப்புற்று நரியின் உடலில் பாய்ந்தது. அந்த நரி பட்ட துன்பத்தையே அவசரப்படும் மனிதர்களும் வெகுவில் அடைவர்.

குறிப்புரை: கானவன் – வேடன், குதைநரம்பு – பூட்டப்பெற்ற கயிறு.

○○○

92. கழுதையெனக் கருதுவாரே!

பூதலத்தில் மானிடராய்ப் பிறப்பதரி(து) எனப்
புகல்வர் பிறந்தோர் தாமும்
ஆதிமறை நூலின்முறை அருள்கீர்த்தி
யாம்தலங்கள் அன்பாய்ச் சென்று

நீதிவழு வாதவகை வழக்குரைத்து நல்லோரை
　　　　நேசங் கொண்டு
காதவழி பேரில்லார் கழுதையெனப்
　　　　பாரிலுள்ளோர் கருது வாரே.

பொருள்: பூமியில் மனிதனாகப் பிறப்பது பெரும் பேறு என்பர். அப்படிப் பிறந்தவர்கள் வேத சாஸ்திரம் கூறும் முறைப்படி புண்ணியத் தலங்களுக்கு பக்தியோடு சென்றும், நடுநிலை தவறாது வழக்குகளுக்குத் தீர்ப்பளித்தும், நல்லவர்களை நட்பாக்கிக் கொண்டும், இவற்றில் காத தூரமானது தங்களது நற்பெயர் விளங்குமாறு செய்யாதோர் கழுதைக்குச் சமமானவர் என எண்ணி உலகோர் ஏளனஞ்செய்வர்.

குறிப்புரை: பூதலம் – பூமி, காதம் – பத்துக்கல்

○○○

93. நடுவுநிலைமை தவறக்கூடாது

ஆரம் பூண்ட மணிமார்பா அயோத்திக் கரசே அண்ணாகேள்
ஈர மிருக்க மரமிருக்க இலைகள் உதிர்ந்த வாறேது?
வாரம் கொண்டு வழக்குரைத்து மண்மேல் நின்று வலிபேசி
ஓரம் சொன்ன குடியதுபோல் உதிர்ந்து கிடக்குந் தம்பியரே

பொருள்: மாலை அணிந்த முத்துமணிவடம் திகழும் மார்புடையவனே! அயோத்தி மாநகர் அரசர்க்கு உரியவனே! அன்புடைய அண்ணா ஸ்ரீராமா! எனக்கொரு சந்தேகம், என்னவென்று கேட்பாயாக! வேரடியில் தண்ணீர் இருந்தும் மரம் பட்டுப் போகாமலிருந்தும் இலைகள் எல்லாம் கீழே

உதிந்துவிட்டனவே இதற்கு என்ன காரணம்? என்று இலக்குவன் கேட்க, இராமன் சொன்னான்; "தம்பி! வீண்வழக்காடி, வம்புபேசி, தனக்குள்ள வலிமையைக் காட்டி ஓரவஞ்சனை செய்பவர்கள் குடும்பம் பாழாவது போல் இந்த மரத்து இலைகள் உதிர்ந்து கிடக்கின்றன என்றான்.

குறிப்புரை: வாரம் – பட்சாதாபம், ஓரம் – ஓரவஞ் சனை

○○○

94. கீழோருக்கு உதவுவது ஆபத்து

வல்லியம் தனைக்கண் டஞ்சி மரந்தனில் ஏறும் வேடன்
கொல்லிய பசியைத் தீர்த்து ரட்சித்த குரங்கைக் கொன்றான்
நல்லவன் தனக்குச் செய்த நலமது மிக்க தாகும்
புல்லர்க்கு நன்மைச் செய்தால் உயிர்தனைப் போக்கு வாரே.

பொருள்: காட்டில் ஒரு புலியைக் கண்டு பயந்த வேடன் மரத்தில் ஏறினான், ஏறியவன் அம்மரத்தில் இருந்த, தனக்குப் பழம் பறித்துப் போட்டு பசியைப் போக்கிய குரங்கைக் கொன்றான். இதில் இருந்து என்ன தெரிகிறது? நல்லவர்க்கு உதவி செய்தால் நன்மையைத் தரும்; கீழான அற்பருக்கு உதவினால் உதவியவர் உயிருக்கே ஆபத்தாக முடியும்.

குறிப்புரை: வல்லியம் – புலி, ரட்சித்த – காப்பாற்றிய

○○○

95. மானமுடைய மனிதனே மற்றவரை மதிப்பான்

தன்மானம் குலமானம் தன்னைவந்
தடைந்தவுயிர் தங்கள் மானம்
என்மானம் ஆகிலென்ன வெல்லவரும் சரியெனவே
எண்ணம் போது
நன்மானம் வைத்தெந்த
நாளுமவர் தங்களுக்கு நலம்செய் வோர்
மன்மானி அடைந்தோரைக் காக்கின்ற வள்ளலென
வழுத்த லாமே.

பொருள்: தன்னுடைய மானத்தையும், தன் குலமானத்தையும் தன்னிடம் அடைக்கலமாகச் சேர்ந்தவர்களின் மானத்தையும் இவையனைத்தும் என்மானமே! இவை சமமே! என்று ஒப்பாகக் கருதி மற்றவர்களிடமும் இனிமையுடன் நல்ல மரியாதை செலுத்தி அவர்களுக்கு எந்நாளும் நன்மை செய்பவனை, நிலையான மானமுடையவன் என்றும், அவனைச் சார்ந்தோரைக் காக்கும் வள்ளல் எனப் போற்றிக் கூறலாம்.

குறிப்புரை: மன் – பொருந்திய, மானி – மானம் உள்ளவர்கள்

○○○

96. புத்தியற்ற மூடர்

தன்னைத்தான் புகழ்வோனும் தன்குலமே
　　பெரிதெனவே தான்சொல் வோரும்
பொன்னைத்தான் தேடியறம் புரியாமல்
　　அவைகாத்துப் பொன்றி னோரும்
மின்னலைப்போல் மனையாளை வீட்டில்வைத்து
　　வேசைசுகம் விரும்பு வோரும்
அன்னைபிதா பாவலரைப் பகைப்போனும்
　　அறிவிலாக் கசட ராமே.

பொருள்: *தன்னைத்தானே புகழ்ந்து கொள்பவர்களும், தான் பிறந்த குடியின் பெருமையைப் பேசித் திரிபவர்களும், பொன், பொருளைத் தேடி தானதர்மம் செய்யாமலும் அதை வீணேபுதைத்து வைத்துக் கொண்டவர்களும், அழகான மனைவியை வீட்டில் வைத்துக் கொண்டு விலைமாது மீது ஆசைப்பட்டு அலைபவர்களும் கற்றிந்த சான்றோரைப் பகைக் கொள்பவரும் புத்தியற்ற மூடர் ஆவர்.*

குறிப்புரை: *பாவலர் – பல நூல் கற்ற சான்றோர், பொன்றுதல் – கெடுதல்*

○○○

97. நயவஞ்சகர்

பெண்டுகள்சொல் கேட்கின்ற பேயரெனும்
　　குணமுடிப் பேடி லோபர்
முண்டைகளுக் கிணையில்லா முனைவீரர்
　　புருடரென மொழியொ ணாதே
உண்டுலகம் உதிர்பாருள் கீர்த்திஅறம்

இன்னதென உணர்த லில்லார்
அண்டினவர் தமைக்கெடுப்பார் அழிவழக்கே
செய்வதவர் அறிவு தானே.

பொருள்: பெண்களின் சொல்லைக் கேட்டு வாழ்க்கை நடத்துகின்ற பேயர்கள் முடக்குணங் கொண்ட வீரமில்லாதவனையும், ஈயாத கருமிகள் விதவைகள் சுத்தவீரர்கள் ஆகியோரை ஆண்மையுடையவர்கள் என்று சொல்லி விடமுடியாது. இவர்கள் உலகத்தில் பிறந்து உண்டு, உடுத்து, வழியறியாத மூடர்கள். நம்பியவர்களை மோசம் செய்வார்கள், அநியாயமாக வழக்குரைப்பது அவர்களது அறிவின் இயல்பாகும்.

குறிப்புரை: பேடி – வீரமில்லாத, லோபர் – கருமிகள், முண்டை – முட்டை

○○○

98. நல்லோர் கல்வி எல்லோருக்கும் இன்பம்

பொல்லார்க்குக் கல்விவரில் கருவமுண்டாம்
அதனோடு பொருளும் சேர்ந்தால்
சொல்லாதும் சொல்லவைக்கும் சொற்சென்றால்
குடிகெடுக்கத் துணிவர் கண்டாய்
நல்லோர்க் கிம்மூன்று குணம் உண்டாகில்
அருள் அதிக ஞான உண்டாய்
எல்லார்க்கும் உபகார ராயிருந்து
பரகதியை எய்து வாரே.

பொருள்: தீயவர்கள் கல்வி கற்றால் செருக்கடைவர், அதோடு பணமும் சேர்ந்துவிட்டால், பிறரைப் பேசாத

பேச்செல்லாம் பேசுவர். தங்கள் செல்வாக்கு எடுபடும் என்று தெரிந்தால், அதைப் பயன்படுத்தி அடுத்தவர் குடியைக் கெடுக்கத் தயங்கமாட்டார்கள். ஆனால் நல்லவர்களிடத்திலே கல்வி, செல்வம், செல்வாக்கு ஆகிய மூன்று குணங்களும் சேர்ந்தால் அதனால் அவர்களிடத்தே அன்பும் நல்லறிவும் பெருகும். எல்லோர்க்கும் உதவி செய்து வாழும் அவர்கள் இன்பலோகம் சேர்வர்.

குறிப்புரை: சொற்சென்றால் – செல்வாக்கினால், பரகதி – மோட்சம்.

○○○

99. பெண்ணின் பேரழகு

உந்தியின் சுழியின் கீழ்சேர் உரோமமாம் கரிய நாகம்
சந்திரன் எனவே எண்ணித் தையலாள் முகத்தை நோக்க
மந்திர கிரிகள் விம்மி வழிமறித் திடுதல் கண்டு
சிந்துரக் கயற்கண் ஓடிச் செவிதனக் குரைத்த தம்மா.

பொருள்: தொப்புள் சுழியின் கீழுள்ள உரோமமான கரிய நாகப்பாம்பு அப்பெண்ணின் முகத்தை முழு நிலவென நினைத்து மேல் நோக்க, அவளின் மார்புகள் மேருமலைபோல் குறுக்கே நின்று பார்வையைத் தடுக்கின்றன என்று செவ்வரி படர்ந்த அவளின் சிவந்த கண் போய் அவள் காதில் சேதி சொன்னதாம்.

குறிப்புரை: உத்தி – தொப்புள், உரோமம் – மயிர், மந்திரகிரி – மேருமலை, சிந்தூரம் – சிவப்பு

○○○

100. முகத்தை நிலவென்று நினைத்து

மாகமா மேடை மீதில் மங்கைநின் றுலாவக் கண்டு
ஏகமா மதியென் றெண்ணி இராகுவந் துற்ற போது
பாகுசேர் மொழியி னாளும் பதறியே பாதம் வாங்கத்
தோகைமா மயிலென் றெண்ணித் தொடர்ந்தரா மீண்ட தன்றே.

பொருள்: வானுயற உயர்ந்த மேன்மாடத்தில் வந்து உலவிக் கொண்டிருந்த பெண்ணைக் கண்ட இராகு என்னும் பாம்பு அவள் முகத்தை நிலவென்று நினைத்துக் கொண்டு கவ்வ நெருங்கியது. இராகு என்னும் பாம்பு நெருங்குவதைக் கண்டு பயந்து தித்திக்கும் மொழி பேசும் பெண்ணழகி, இவள் அடி எடுத்துவைத்து நடப்பதைக் கண்டு இவள் மயிலின் சாயல் உடைய பெண் நிலவல்ல என்று கண்டு இராகு திரும்பிப் போயிற்று.

குறிப்புரை: மாதம் – ஆகாயம், மா – பெரிய, மேடை – மேல் மாடல், ராகு – ஒன்பது கோள்களில் ஒன்று

○○○

101. கடலின் இயல்பும் பெரியோர் இயல்பும்

சலதாரை வீழும் நீரும் சாகரம் தன்னைச் சார்ந்தால்
குலமென்றே கொள்வ தல்லால் குரைகடல் வெறுத்த துண்டோ?
புலவர்கள் சபையில் கூடிப் புன்கவி யாளர் சார்ந்தால்
நலமென்றே கொள்வ தல்லால் நவில்வரோ பெரியோர் குற்றம்?

பொருள்: சாக்கடையில் ஓடுகின்ற தண்ணீர் கடலில் கலந்து விட்டால் அதுவும் கடலாகிவிடும். சாக்கடைநீர் என்று தனியாகத் தெரியாது. கடலும் சாக்கடை நீரைத் தன்னோடு சேர்த்துக் கொள்ளுமே தவிர தள்ளி விடாது. அதுபோலதான் படித்த பல புலவர்கள் கூடியுள்ள அவையில் சிற்றறிவு வுடையோர் எவரும் வந்து சேர்ந்தால் கற்றறிவுடையோர் அவர்களது வருகையையும் நலமாகக் கருதி அவர்களைச் சேர்த்துக் கொள்வார்கள். படிப்பறிவில் குறை கூற மாட்டார்கள்.

குறிப்பு: சலதாரை – சாக்கடை

○○○

102. தடைகளைத் தாண்டியவன்

காரெனும் குழல்கள் தப்பிக் கடுஞ்சிலை வாளி தப்பி
மேரென வளர்ந்து நின்ற வேழத்தின் கோடு தப்பித்
தாருறு கரிய ரோமச் சங்கிலி வழியே சென்று
சீரிய னெனவ ளர்ந்த செல்வன்அல் குலில்கை வைத்தான்

கருமேகம் போன்ற கூந்தலைத் தாண்டிக் கொடிய வில்லும், அம்பும் போன்ற கண்களைத் தாண்டி, மேருமலை போன்ற யானை தந்தம் போலிருக்கும் மார்புகளையும் தாண்டி வரிசையுற அமைந்த கருமையான மயிர்கள் என்னும் சங்கிலி வழியே தடவி சென்று அன்புடைய எனது கணவன் என் மறைவிடத்தைத் தொட்டான்

பொருள்: கார் – கருமேகம், வாளி – அம்பு, அல்குல் – மறைவிடம்.

○○○

103. இளைஞரை மயக்கும் வாசல்

உண்டதை ஒழிக்கும் வாசல் உவரிநீர் ஒழித்து மேலே
வண்டலும் அழுக்கும் சேறும் உதிரமும் மாறா வாசல்
உண்டதன் இருப்பைக் கண்டு பெருங்களி உள்ளங் கொண்டு
கண்டனர் இளைஞ ரெல்லாம் கதியெனக் கருது வாரே.

பொருள்: உட்கொண்ட உணவைச் சீரணிக்கச் செய்து வெளியே தள்ளும் மலவாசல் ஒன்று. சிறுநீரும் அழிக்கும் இரத்தமும் எப்போதும் நீங்காது அடுத்து இருக்கும் வாசல் ஒன்று இரண்டையும் விரும்பி அலைகின்றனரே இளைஞர்கள்? என்ன கொடுமை இது?

ooo

104. அனைத்தும் அவன் செயலே

கரந் தொருவன் கணைதொடுக்க மேல்பறக்கும்
ராசாளி கருத்தும் கண்டே

உரந்தைசிறு கானகத்தில் உயிர்ப்புறா
பேடுதனக்(கு) உரைக்குங் காலை

விரைந்துவிடம் தீண்டஉயிர் விடும்வேடன்
கணையால்வல் லூறும் வீழ்ந்த(து)

அரன்செயலே ஆவதல்லால் தன்செயலால்
ஆவதுண்டோ அறிவுள் ளோரே.

பொருள்: ஒரு மரத்தில் காதல் புறாக்கள் இரண்டு வசித்து வந்தன. ஒரு நாள் வேடன் ஒருவன் மறைந்திருந்து

அம்பு தொடுக்க முயற்சித்தபோது ஆகாயத்தில் வட்டமிட்டு கொண்டிருந்த வல்லூரின் எண்ணத்தை அறிந்துகொண்டு ஆண் புறாவானது பெண் புறாவுக்கு அந்த ஆபத்தைச் சொல்லும் வேளையில் விடம் உடைய பாம்பு ஒன்று வந்து வேடனைத் தீண்டியதால் உயிர்விடும் வேடனது குறி தவறிய அம்பினால் அந்த வல்லூரும் வீழ்ந்தது. இந்தக் கதையில் வருவது போல் பல நிகழ்வுகள் மனித வாழ்க்கையில் நடைபெறுவதால் சிவபெருமான் விளையாடக் கருதிய செயலே அல்லாமல் மனிதனுக்குச் சொந்த முயற்சியால் ஆவதேதும் உண்டோ? அறிவுடையோரே சொல்வீராக.

குறிப்பு: கரந்து – மறைந்து, ... – பெண்புறா

○○○

105. வேலோ... விழியோ?

கொல்லுலை வேற்க யற்கண்
கொவ்வையங் கனிவாய் மாதே

நல்லணி மெய்யில் பூண்டு
நாசிகா பரணம் மீதில்

சொல்லதில் குன்றி தேடிச்
சூடிய தென்னோ என்றான்

மெல்லியல் கண்ணும் வாயும்
புதைத்தனள் வெண்முத் தென்றாள்

பொருள்: கொல்லன் உலைக்களத்தில் காய்ச்சிக் கூர்மை செய்யப்பட்ட வேலையும், மீனையும் போன்ற கண்களும், கொவ்வைப் பழம் போன்ற அழகிய சிவந்த

வாயும் உள்ள பெண்ணே! நீ நல்ல நல்ல அணிமணிகளை உடல் எல்லாம் அணிந்து கொண்டிருக்கிறாய். ஆனால் மூக்கில் அணிந்த ஆபரணத்தில் மட்டும், குன்றின் மணியைச் சூடிக் கொண்டுள்ளாயே, என்ன காரணம் என்று கேட்க, அவள் தன்னுடைய கண்ணையும் வாயையும் மூடிக்கொண்டு, வெட்கத்துடன் அவை வெள்ளை முத்துக்கள் என்றாள். (கொல்லுலை – கொல்லன் உலை, குன்றி– குன்றி மணி) குன்றி மணி என்றது கண்ணை. முத்து என்றது வெட்கத்தால் அவள் கண்ணை மூடிக் கொண்டு சிரித்த வெண்முத்தாய் வெளித் தெரிந்த பற்களை.

○○○

106. தெய்வம் போல

அருகில்இவள் அருகில் இவள் அருகில்வர உருகும்
கரியகுழல் மேனி இவள் கானமயில் சாயல்
பெரியதனம் இடைசிறிது பேதைஇவள் ஐயோ
தெருவிலிவள் நின்றநிலை தெய்வமென லாமே

பொருள்: இவள் கறுத்த குழல் தழுவப்பெற்ற மேனியையுடையவள். கானத்தில் உறையும் மயிலின் சாயலைக் கொண்டவள். பெரியதாகிய தனங்களையும் சிறியதாகிய இடையையும் பெற்றவள். பேதையாகிய இவள் எனக்கு மிகச் சமீபமாய் வரவர எனது மனம் உருகுகின்றது. ஐயோ! தெருவில் இவள் நின்றிருந்த நிலையைத் தெய்வத்தின் தோற்றமெனக் கூறிடலாம்.

○○○

107. மன்மதன் மயங்கினான்

அலகு வாள்வழி ஆயிழை நன்னுதல்
திலகம் கண்டெதிர் செஞ்சிலை மாரனும்
கலக மேசெயும் கண்இது வாமென
மலரம்(பு) பைந்தையும் வைத்து வணங்கினான்.

பொருள்: *கூர்மையான வாளைப் போன்ற விழிகளையும் ஆராய்ந்தெடுக்கப்பட்ட ஆபரணங்களையும் அழகிய நெற்றியுடையவளான திலகம் போன்ற இவளை எதிரே பார்த்து செம்மையான கரும்புவில்லையுடைய மன்மதனானவன், இன்பப் போரினை (நமது பாணங்களை விடவும் நன்றாகச்) செய்கின்றவை இந்தக் கண்கள் என்று கருதித் தனது பஞ்ச பாணங்களையும் அவள் முன்னே வைத்து வணங்கினான்.*

குறிப்பு: *அலகு – கூர்மை, இழை – ஆபரணம், மாரன் – மன்மதன்*

○○○

108. மந்தியும் மடையரும்

குரங்கு நின்றுகூத் தாடிய கோலத்தைக் கண்டே
அரங்கு முன்புநாய் ஆடிக்கொண் டாடியதைப்போல்
கரங்கள் நீட்டியே பேசிய கசடரைக் கண்டு
சிரங்கள் ஆட்டியே மெச்சிடும் அறிவிலார் செய்கை.

பொருள்: *தங்கள் கைகளை வீசி ஆட்டியபடி (ஆணவத்துடன்) பேசிய அற்பர்களைப் பார்த்து மூடர்கள், தங்கள் தலைகளை அசைத்துப் புகழ்ந்திடும் செய்கையானது, குரங்கு ஒன்று அரங்கத்தில் நின்று*

சுத்தாடிய அழகினைப் பார்த்து அவ்வரங்கத்தின் முன்பு நாயொன்று தானும் ஆடி அக்குரங்கை மெச்சியதைப் போன்றதாகும்.

குறிப்பு: அற்பர்களை அறவிலிகள் மெச்சுவது குரங்கினை நாய் பாராட்டுவதைப் போன்றது என்பதாம்.

○○○

109. புலி பதுங்குவது பாய்வதற்கே

வில்லது வளைந்த தென்றும் வேழம்(து) உறங்கிற் றென்றும்
வல்லியம் பதுங்கிற் றென்றும் வளர்கடா பிந்திற் றென்றும்
புல்லர்தம் சொல்லுக் கஞ்சி பொறுத்தனர் பெரியோ ரென்றும்
நல்லதென் றிருக்க வேண்டா நஞ்செனக் கருத லாமே

பொருள்: வில் வளைந்துவிட்டது எனவும், யானை தூங்கிவிட்டது எனவும், புலி பதுங்கிவிட்டது எனவும், வளர்ந்த ஆட்டுகிடா பின் வாங்கிவிட்டது எனவும், கீழ்மக்களின் சொல்லுக்குப் பயந்து மேலோர் பொறுத்துக் கொண்டனர் எனவும் கொண்டு "நல்லது" என எண்ணி (அவர்களின் விஷயத்தில்) அலட்சியமாக இருக்க வேண்டாம் (இச்செயல்களையெல்லாம்) விஷத்தைப் போல் கொடியன எனக் கருதலாம்.

○○○

110. ஆமையின் தந்திரம்

சலந்தனில் கிடக்கும் ஆமை சலத்தைவிட்டகன்ற போது
கொலைபுரி வேடன் கண்டு கூடையில் கொண்டு செல்ல
வலுவினால் அவனை வெல்ல வகையொன்றும் இல்லை என்று
கலைஎலி காகம் செய்த கதைஎன விளம்ப லாமே

பொருள்: தண்ணீரில் இருந்த ஆமை, தரைக்கு வந்தது. அதைப் பார்த்தவுடன் வேடன் ஒருவன் அதைப் பிடித்துத் தன் வலையில் போட்டுக் கொண்டு போனான். இதைப் பார்த்து ஆமையின் நண்பர்களான, மானும், எலியும், காகமும் தமது வல்லமையால் இந்த வேடனை வென்று, ஆமை நண்பனை விடுவிக்க முடியாது. எனவே ஒரு தந்திரம் செய்யலாம் என்று முடிவு செய்தன. சற்று தூரத்தில், மான் இறந்து கிடப்பதைப் போல் படுத்துக் கொண்டது.

இறந்து கிடக்கும் மானைப் பார்த்ததும் வேடன் நல்ல வேட்டை கிடைத்தது என்று, தோளில் இருந்த வலையைக் கீழே போட்டுவிட்டு, மானைத் தூக்கப் போனான். அந்தச் சமயம் பார்த்து மான் விழித்துக் கொண்டு, வேகமாக ஓடியது. வேடன் மானை துரத்திக் கொண்டு ஓடினான். இதுதான் சமயம் என்று எலி, வலையைப் பல்லால் கடித்து ஓட்டை செய்து ஆமையை விடுவிக்க, காகம் ஆமையைத் தூக்கிக் கொண்டு போய்த் தண்ணீருக்குள் விட்டுவிட்டது. ஆமை பிழைத்தது. மானும் தப்பியது. இந்தக் கதை மூலம் விதியையும் மதியால் வெல்லலாம் என்று புரிகிறது.

○○○

111. குலத்தைக் கெடுக்கும் கோடாரிக் காம்பு

நிலமதில் குணவான் தோன்றின் நீள்குடித் தனரும் வாழ்வார்
தலமெலாம் வாசம் தோன்றும் சந்தன மரத்திற்(கு) ஒப்பாம்
நலமிலாக் கயவன் தோன்றின் குடித்தனம் தேசம் பாழாம்
குலமெலாம் பழுது செய்யும் கோடாரிக் காம்பு நேராம்.

பொருள்: பூமியில் நல்லவனொருவன் பிறப்பானேயானால் அவனால் அவனுடைய பெரிய குலத்தைச் சார்ந்தோர் அனைவரும் நல்வாழ்க்கை அடைவர். அந்த நல்லவன், தான் நிற்கும் இடத்தைச் சுற்றி முழுவதும் நறுமணம் கமழப் பெறும். சந்தனமரத்திற்கு ஒப்பாவான். நன்மையில்லாத தீயவனொருவன் பூமியில் பிறப்பானானேயானால் அவனது குணமும் அவனிருக்கும் நாடும் பாழடையும். அந்தத் தீயவன், தன் இனமரத்திற்கெல்லாம் கெடுதி செய்கின்ற கோடாரிக் காம்புக்கு ஒப்பாவான்.

○○○

112. துணைவியை மறந்தால் நரகம்

நட்பிடைக் குய்யம் வைத்தார் பிறர்மனை நலத்தைச் சேர்வார்
கட்புடை காமத் தீயார் கன்னியை விலக்கி னோரும்
அட்டுடன் அஞ்சு கின்றோர் ஆயுளும் கொண்டு நின்று
குட்டநோய் நரகில் வீழ்ந்து குளிப்பவர் இவர்கள் கண்டாய்

பொருள்: நண்பர்களுக்கிடையே வஞ்சகத்தைச் செய்பவர்களும் மற்றவரின் மனையாளைச் சேர்வாரும்,

கண்களிடத்துக் காமத் தீ வெளிப்படுமாறு மிக்க காமத்தையுடைய கன்னிப் பெண்ணை அவள் விருப்பத்திற்கிணங்கச் சேராமல் நீக்கியவர்களும், யுத்தத்தில் பயப்படுகின்றவர்களுமாகிய இத்தகையவர்கள் முழுமையான வாழ்நாளைப் பெற்ற குஷ்ட நோயாகிய நரகத்தில் வீழ்ந்து வருந்துபவர்களாவர்.

குறிப்பு: குய்யம் – வஞ்சகம், மனைநலம் – மனையாள்

○○○

113. விதியை மதியால் வெல்லலாம்

உயிரனை யானுடன் கலந்த வுளவறிந் தீண்டெனை
மணந்தோனூடன்றிச் செய்கை
செயலென வென்றிலை மறைகா யெனத்
தணவாதவ் விருவகையுந் தீதென்று
அயில விழியாய் மயிற்பொது ஊழ்வலித்தினும்
பெண்மதி யெனது ஊழின்
இயலென வள்ளுவர் உரைத்தார் சான்று
நீயெனப் புகன்றேன் இன்புற்றாளே.

பொருள்: எனது உயிரினும் சிறந்த நாயகனிடத்தில் நான் கூடிக் குலாவி வரும் மர்மத்தை எனது சொந்தத் தாய் அறிந்து இலை மறைவு காய் மறைவு என்றில்லாமல் என் மேல் கோபம் கொண்டு இவ்வாறு செய்யக் காரணம் என்ன எனக் கேட்டாள். நான் யோசித்து காமம் என்பது தலை எழுத்து என்றேன். என் தாய் மேலும் அதிகக் கோபம் கொண்டு விதியை மதியால் வெல்லலாம் என்றாள். நான் என் புத்தி பெண்

யல்லவா. ஊழின்படியே நடக்குமென முன்னோர் கூறியுள்ளனரே என்றேன். இதற்கு தாங்களே சாட்சி என்றேன். அதைக் கேட்ட தாய் மகிழ்ச்சியுற்றாள்.

114. மறையவன் மோசடி

மதியிலா மறையோன் மன்னர் மடந்தையை வேட்கை யாலே
ருதுவது காலந் தன்னில் தோடமென் றுரைத்தே ஆற்றில்
புதுமையாய் எடுத்த போது பெட்டியில் புலிவா யாலே
அதிருடன் தடியுண் டன்றே அருநர கடைந்தான் மாதோ.

பொருள்: நல்லறிவில்லாத அந்தணன் ஒருவன். அரசன் மகளை அடைய ஆசைப்பட்டான். எனவே தன்னிடம் கல்வி பயின்று வந்த அந்தப் பெண் வயதுக்கு வந்த உடனே, அவள் மங்கைப் பருவம் எய்திய நேரத்தில் தோஷம் இருக்கிறதென்றும் தோஷம் நீங்க அவளை ஆற்றிலே விட்டு விட வேண்டும் என்றும் மன்னனிடம் கூறி வைத்தான். மன்னனும் தன் பெண்ணை ஒரு பெட்டியில் வைத்து ஆற்றில் விட்டான். பின்னர் அந்த அந்தணன் மன்னன் மகளை வைத்து அனுப்பிய பெட்டியைத் தேடிச் சென்று ஓர் இடத்தில் அது தேங்கி நிற்பதைக் கண்டு ஆசையோடு பெட்டியை எடுத்து மிகுந்த ஆவலோடு திறந்து பார்க்க பெட்டிக்குள் புலி இருந்து அந்தணனைக் கடித்துக் கொன்றது. அவனும் உயிர் விட்டான். கொடிய நரகம் போய்ச் சேர்ந்தான்.

○○○

115. கெடுவான் கேடு நினைப்பான்

மையது வல்லி யம்வாழ் மலைக்குகை தனிற்பு குந்தே
ஐயமும் புலிக்குக் காட்டி அடவியில் துரத்துங் காலை
பையவே நரிக்கோ ளாலே படுபொரு ளுணரப் பட்ட
வெய்ய அம் மிருகந் தானே கொன்றிட வீழ்ந்த தன்றே

பொருள்: ஒரு ஆடு, புலி வசிக்கின்ற மலைக் குகைக்குள்ளே நுழைந்தது, இது என்ன பயங்கர மிருகமோ? என்று சந்தேகப்படும்படி புலியைச் செய்ததோடு அப்புலியை அது காட்டில் துரத்திக்கொண்டும் சென்றது. அந்தவேளையில் நரியொன்று குறுக்கிட்டதால் மெல்ல உண்மையை உணர்ந்து கொண்ட கொடிய விலங்காகிய அந்தப் புலி, பாய்ந்து கொன்றதால் ஆடு இறந்து விழுந்தது.

குறிப்பு: மை – ஆடு, வல்லியம் – புலி, அடவி – காடு, படுபொருள் – உண்மை.

○○○

116. பெண் சொல் கேட்டால்....

மங்கைகை கேசிசொற்கேட்டு மன்னர்புகழ்
தசரதனும் மரண மானான்

செங்கமச் சீதைசொல் சீராமன்
கேட்டவுடன் சென்றான் மான்பின்

தங்கையவள் சொற்கேட்ட இராவணனும்
கிளையோடு தானும் மாண்டான்

நங்கையர்சொல் கேட்பதெல்லாம் கேடுவரும்
பேருலகோர் நகைப்பர் தாமே.

பொருள்: அரசர்களால் புகழப்படுகின்ற தசரதன், பெண்ணாகிய கைகேசியின் சொல்லைக் கேட்டுத்தான் உயிர் நீத்தான். செந்தாமரைப் பூவில் வாசஞ் செய்யும் இலட்சுமியின் அம்சமான சீதையினது வார்த்தையை ஸ்ரீராமன் கேட்டதும் தான் பொய்ம்மானின் பின்னே போனான். தங்கையாகிய சூர்ப்பனகையின் பேச்சைக் கேட்ட இராவணன் கூடச் சுற்றத்தோடு தானும் இறந்து போனான். மகளிரது வார்த்தையைக் கேட்பதால் முழுவதும் கெடுதியாகவே வந்து சேரும். பெரிய இந்த உலகத்திலுள்ளோர் ஏளனஞ் செய்வர்.

○○○

117. கை கூடாது

ஆதியாம் இருவர் நட்புக் (கு) அவமதிப் புற்(று) அவர்க்குள்
சூதினால் கபடம் செய்து துணைபிரிந்த திடுவ ரென்றால்
வேதியன் பவன வாயில் வேசைதாய் பச்சை நாவி
ஊதிய கதைபோ லாகி உறுநர கெய்து வாரே

நெடுங்காலமாக நட்புக்கொண்ட இருவருள் ஒருவர் மற்றொருவரால் அவமானமடைந்து தங்களுக்குள் வஞ்சக எண்ணத்துடனே கபடமான காரியம் செய்து தோழமையை விட்டிடுவரென்றாள். பிராமணனொருவனின் குலத்தில் விலைமகளொருத்தியின் தாய் பச்சைநாவியை வைத்து ஊதிய கதையைப் போலாகிக் கொடிய நரகத்தை யடைவர்.

குறிப்பு: *(இப்பாடலில் வரும் நாட்டுப்புறக் கதை விவரத்தை தகுந்தோரிடம் கேட்டுத் தெளிக)*

○○○

118. உண்மையான நட்பு கடைசி வரை

அருமையும் பெருமை தானும் அறிந்துடன் படுவர் தம்மால்
இருமையும் ஒருமை யாகி இன்புறற்(கு) ஏது உண்டாம்
பரிவிலாச் சகுனி போலப் பண்புகெட் டவர்கள் நட்பால்
ஒருமையின் நரகம் எய்தும் ஏதுவே உயரும் மன்னோ.

பொருள்: *ஒருவருக்கொருவர் மற்றொருவருடைய அரிய குணங்களையும், பெருமைக்குரிய விஷயங்களையும் அறிந்து நட்புக் கொண்டால் இம்மையிலும் மறுமையிலுமாக ஒருமையுடன் மகிழ்வதற்குத் தோதாகும். இரக்கமில்லாத சகுனியைப் போன்று குணங் கெட்டவர்களுடைய தோழமையால் ஒரு தலையாக நரகத்தையடைவதற்குரிய காரணமே மேம்படும்.*

குறிப்பு: *இருமை – இம்மை, மறுமை (இப்பிறவி, மறுபிறவி) – மன்*

○○○

119. பொய்யுடல் மாயும்

ஒருவனே இரண்டு யாக்கை ஊன்பொதி யான நாற்றம்
உருவமும் புகழு மாகும் அதற்குள்நீ யின்ப முற்று
மருவிய யாக்கை இங்கே மாய்ந்திடும் மற்றி யாக்கை
திறமதாய் உலகம் ஏத்தச் சிறந்துபின் நிற்கு மன்றே.

பொருள்: ஒருவனுக்கே இரு உடம்புகள் உள்ளன. அவை மாமிசத்தின் முட்டையாகிய நாற்றமுடைய ஊனுடம்பு ஒன்று, புகழுடம்பு ஒன்றாகும். அவ்விரு உடம்புகளும் கெடுதியான இன்பத்தை அனுபவித்துப் பொருந்தியிருப்பதான ஊனுடம்பு இப்பூமியில் அழிந்துவிடும், மற்றொன்றான புகழுடம்பு ஊனுடம்பு இறந்த பின்னும் உலகோரெல்லாம் போற்றும்படி மேம்பட்டு உறுதியாய் நிற்கும்.

குறிப்பு: திறம் – வல்லமை, ஸ்திரமாக – நிலையாக நிற்கும் தன்மை, ஒத்துதல் – போற்றுதல்.

○○○

120. பொய்யுடல் மாயும்

வேலியானது பயிர் தனை மேய்ந்திட விதித்தால்
கால னானவன் உயிர்தனைக் கவர்ந்திட நினைத்தால்
ஆலம் அன்னையர் பாலகர்க் கருத்துவ ரானால்
மேலி(து) ஓர்ந்துடன் யார்கொலோ விலக்குவர் வேந்தே.

பொருள்: அரசனே! வேலியானது பயிர்களை மேய்ந்திடத் தீர்மானித்து விட்டாலும் யமன் உயிரைக் கைப்பற்றிச் செல்லக் கருதிவிட்டாலும், தாய்மார்கள் தங்கள் பிள்ளைகளுக்கு விடத்தை ஊட்டுபவரானாலும், இச்செயலை முன்னமே அறிந்து உடனடியாகத் தடுப்பவர் யாரோ? யாருமில்லை.

குறிப்பு: ஆலம் – விடம், அருத்துதல் – ஊட்டுதல், மேல் – முன்னதாக.

○○○

121. வேசியின் உறவால் தாழ்வே

அறம்கெடும் நிதியும் குன்றும் ஆவியும் மாயும் காலம்
நிறம்கெடும் மதியும் போகி நீண்டதோர் நரகில் சேர்க்கும்
மறம்கெடும் மறையோர் மன்னர் வணிகர்நல் உழவோர் என்னும்
குலம்கெடும் வேசை மாதர் குணங்களை விரும்பு வோர்க்கே.

பொருள்: *விலை மகளிரது அழகு நலன்களை ருசிப்பவர்களிடத்தில் தருமம் அழியும், செல்வம் குறைவுபடும். உயிரும் நலிவடையும். சரீரத்தின் ஒளி மறைந்திடும். அறிவும் நீங்கியவர்களாக்கி அவர்களை அவ்வேசையர் உறவு நரகத்தில் சேர்த்துவிடும், வீரம் குன்றும், வேதியர், அரசர், வணிகர், உழவர் என்னும் குலப்பண்புகளும் அழிந்துவிடும்.*

குறிப்பு: *காயம் – உடம்பு, நிறம் – ஒளி, மறம் – வீரம்.*

○○○

122. கணவனை வசைபாடும் பெண்கள்

அரவிந்த நண்பன் சுதன்தம்பி மைத்துனன் அண்ணன்கையில்
வரம்முந்தும் ஆயுதம் பூண்டவன் காணுமற் அங்கவனோ
பரமன் திகிரியை ஏந்திய மைந்தன் பகைவன்வெற்பை
உரமன் றெடுத்தவன் மாற்றான்தன் சேவகன் ஒண்டொடியே.

பொருள்: *பெண்ணே தாமரைக்குத் தோழன் கதிரவன். அந்த கதிரவனுக்கு மைந்தன் கர்ணன், கர்ணனுக்குத் தம்பி அர்ச்சுனன். அர்ச்சுனனின் மைத்துனன் கண்ணன். அந்தக் கண்ணனுக்கு அண்ணன்*

பலராமன். அந்தப் பலராமனது கரத்திலுள்ள முன்னர் செய்த வரத்தால் பெற்ற கலப்பையைப் பூண்டவனே மாட்டை நிகர்த்தவன் என்னிடம் இன்பம் பெற வந்தவனாவான்.

மற்றொருத்தி: ஒளி பொருந்திய வளையல்களை அணிந்தவளே! இறைவனாலும் சக்ராயுதத்தை ஏந்திய வீரனானவனுமான திருமாலின் மைந்தன் மன்மதன், அந்த மன்மதனுக்குப் பகை சிவபெருமான். அந்தச் சிவபெருமானுடைய கயிலை மலையைத் தன் வலிமையால் அன்றொரு நாள் தூக்கியவன் இராவணன். அந்த இராவணனுக்குப் பகைவன் இராமன். அந்த இராமனுக்குத் தொண்டனாகிய அனுமானே என்னிடம் சுகம் பெற வந்தவன்.

குறிப்புரை: அரவிந்தம் – தாமரை, சுதன் – மகன், திகிரி – சக்கரம், மாற்றான் – பகைவன்.

○○○

123. பெண்ணை கழுதை நாய் எனும் பேதைகள்

சங்கரன் தேவி தமையன் மனைவி தனக்கு மூத்தாள்
அங்கவள் ஏறிய வாகனம் காணிவள் அங்கவளோ
கொங்கைகள் ஈரைந் துடையவ ளாய்க் குவலயத்தில்
எங்குத் திரியும் வயிரவ மூர்த்திஎன் றேநினையே.

பொருள்:

ஒருவன்: சிவபெருமானின் மனைவி உமையம்மை, அவளது அண்ணனாகிய திருமாலுக்கு மனைவி

இலட்சுமி, இலட்சுமிக்கு முன் பிறந்தவள் மூதேவி, அந்தத் தேவி ஏறிச் செலுத்தும் வாகனம் (கழுதை) போன்றவளே நான் இன்பம் அனுபவித்த பெண்.

மற்றொருவன்

பத்துத் தனங்களையுடையவளாக பூமியில் எல்லாவிடத்திலும் அலைகின்ற வயிர மூர்த்தி (நாய்) போன்றவளே நான் இன்பம் அனுபவித்த பெண்ணென்று அறிவாயாக.

குறிப்பு: சங்கரன் – சிவன், ஈரைந்து – பத்து, வயிரவன் வாகனம் – நாய்

○○○

124. மறையவர் பாதை மாறினால்

இந்திரன் பதங்கள் குன்றும் இறையவர் பதங்கள் மாறும்
மந்தர மலைகள் பேர மறுகயல் வறுமை யாகும்
சந்திரன் கதிரோன் சாயும் தரணியில் தேசு மாளும்
அந்தணர் கருமம் குன்றில் யாவரே வாழ்வர் மண்ணில்.

பொருள்: இந்திரலோக வாழ்க்கை இல்லாது போகும், அரசர்களாட்சி அழியும், மந்திர மலைகள் இடம் பெயரும், வறுமை எங்கும் பரவும், சூரியன் சந்திரன் கூட நிலைகுலையும், பூமியின் அழகு ஒளி மங்கும். மறையவர்கள் தங்கள் கடமைகளை மறந்துவிட்டால், இவை யாவும் நிகழும். பிறகு இந்தப் பூமியில் யார் தான் வாழ முடியும்.

குறிப்புரை: பதம் – வாழ்வு, தரணி – பூமி.

○○○

125. பெண்ணின் வருத்தம்

என்னனைக் கன்று முத்தனைக் குளிக்கும்
　　இறைவனை அனைக்குமே அன்று
மன்னனைக் கன்று பின்னனைக் குதவா
　　வன்பினால் வருந்திவா டுவனோ
முன்னனைக் கொன்று பின்னனைப் புரந்த
　　முதுபகை அவன்பிதா உறாமல்
கன்னனைக் கொன்று விசயனைக் காத்த
　　கௌத்துப ராமக்ருட் டிணனே.

பொருள்: இராமாயணத்தில் முன்னவனான வாலியை அழித்தும், பின்னவனான சுக்ரீவனை ஆதரித்தும், வாலியின் தந்தையாகிய இந்திரன் வலிய பகையை அடையாதவாறு கிருஷ்ணவதாரத்தில் கர்ணனை அழித்து அவ்விந்திரனின் மகனான அர்ச்சுனைப் பாதுகாத்தும் செயல்பட்ட கௌத்துப மணியணிந்த – கபடத்தையுடைய இராமகிருஷ்ணனே என்னுடைய அன்னைக்கு மாத்திரமேயல்லாமல், முத்துகளை ஈனுகின்ற கரும்பை வில்லாக வளைக்கும் மன்மதனின் தாயாகிய இலட்சுமியின் அன்னையாகிய கடலுக்கு மாத்திரமேயல்லாமல், பொருந்திய அன்னைக்கு உதவாத வலிய பறவையாகிய குயிலின் கூவுதலுக்கும் வருந்தி வாட்டமடைவேனோ? நான் வருந்தாமல் என் காதலை ஏற்றுக் காப்பாயாக.

குறிப்புரை: குனித்தல் – வளைத்தல், முத்து – கரும்புக்கணு, கௌத்துபம் – கபடநாடகம்.

○○○

126. சிவனுக்குத் தொண்டு செய்

பண்புளருக் கோர்பறவை பாவத்திற் கோரிக்கம்
நண்பிலரைக் கண்டக்கால் நாற்காலி - திண்புவியை
ஆள்வார் மதுரை அழகியசொக் கர்க்(கு) அரவம்
நீள்வா கனநன் னிலம்

பொருள்: *நல்லவர்களுக்கு ஈ, வண்டினம், பாவகாரியம் செய்வதற்கு அஞ்சு (ஓர் இலக்கம் – என்). தோழமையுணர்வு இல்லாதவரைப் பார்க்கும்போது நீங்கிவிடு (நாற்காலி – விலங்கு – நீங்கு) வலிமையான பூமியை காக்க மதுரை சொக்கநாதப் பெருமானுக்கு பணிவிடை செய் (அரவம் – பாம்பு – பணி; நீள் வாகனம் – நீண்ட வாகனமான காளை. அதாவது விடை; நன்னிலம் – வயல் – செய்)*

OOO

127. மும்மூர்த்திக்குரியவை

சிறுவன் அளை பயறு செந்நெல் கடுகு
மறிதிகிரி தண்டு மணிநூல் - பொறியரவம்
வெற்றேறு புள்ளன்னம் வேதன்அரன் மாலுக்குச்
கற்றாளம் பூவே கறி.

பொருள்: *சிறு பயறு, செந்நெல்லரிசிப் பொங்கல், மான் சக்கரம், தாமரைப் பூ, பாம்பாலான பூணூலும், காளை மாடும் அன்னப் பறவையும் மருந்துமே, கயிலாயமுமே பிள்ளைக் குறியுமே பிரம்மன், சிவன், திருமால் ஆகிய மூவருக்கும் உணவு, அணிகலம், ஆயுதம் இருக்குமிடமாகும்.*

குறிப்புரை: *மறி – மான், திகிரி – சக்கரம், நறு – காளை, கறி – பிள்ளைக்கறி.*

○○○

128. வெறுப்பின் அழகு

சிரம் பார்த்தான் ஈசன் அயன் தேவிதனைப் பார்த்தான்
கரம்பார்த்தான் செங்கமலக் கண்ணன் உரஞ்சேர்
சிலைவளைத்த திண்புயத்து வண்ணான்சீ ராமன்
கலைவெளுத்த நேர்த்திதனைக் கண்டு.

பொருள்: *வலிமை வாய்ந்த மலையையும் வென்ற திண்மையான தோள்களையுடைய இராமனென்னும் வண்ணான் ஆடையை வெளுத்திருந்த அழகினைப் பார்த்து, சிவபெருமான் தன் தலையில் உள்ள கங்கையை நோக்கினான். பிரமனோ நாயகியான கலைமகளை நோக்கினான். சிவந்த கண்களுடைய திருமால் தன் கைகளில் உள்ள சங்கை நோக்கினான்.*

குறிப்புரை: *உரம் – வலிமை, கலை – ஆடை.*

○○○

129. வீதிஉலா

கரியொன்று பொன்மிகும் பையேறக் கற்றவர் சூழ்ந்துதொழ
எரியென்னும் செல்வன் துலாத்தினில் ஏற இருண்டமஞ்சு
சொரிகின்ற நாகமின் சோற்றினில் ஏறித் தொடர்ந்து வர
நரியொன்று சொந்தக் கனல்ஏறி வந்தது நம்களத்தே.

பொருள்: *யானைமுகம் கொண்ட விநாயகர் பெருச்சாளி மீது ஏறி உலா வர உடன் கற்றவர்*

துதித்து வந்தனர். கூடவே அக்கினியில் பிறந்த செல்வனாகிய முருகன், மயிலேறி துலா முழுக்குத் துறைக்கு வந்தான். கறுத்துத் திரண்ட மேகங்கள் சூழ்ந்து இடி இடித்து மழை பொழியும் மலையில் பிறந்தவளாகிய பார்வதிதேவி அன்னப் பறவை வாகனத்தில் ஏறி வீதிவலம் வந்தாள்.

குறிப்பு: பொன்மிகும்பை – பெருச்சாளி, எரி – அக்னி, நாகம் – மலை, தீ – நந்தி.

❍❍❍

130. இறந்தான் ஈசன்

ஒருபாதி மால்கொள மற்றொரு பாதி உமையவள்கொண்(டு)
இருபாதி யாலும் இறந்தான் புராரி இருநிதியோ
பெருவா ரிதியில் பிறைவானில் சர்ப்பம் பிலத்தில்கற்ப
தருவான போச கொடை உன்கை ஓ(டு)என்கை தந்தனனே

பொருள்: கற்பக மரம் போன்ற ஈனக் குணங்கொண்ட போஜ ராஜனே! சரீரத்தின் ஒரு பாதியை திருமால் கொண்டதாலும், மற்றொரு பாதியைப் பார்வதி தேவி கொண்டமையாலும், இரு பாதியும் இல்லாமல் சிவபெருமான் இறந்துவிட்டான். அவனிடமிருந்த பெரிய கங்கை நதியையே மிக்க நீரையுடைய சமுத்திரத்தில் கலந்துவிட்டான், பிறைநிலவை ஆகாயத்தில் சேர்த்து தன் கொடைத் தன்மையை உன் கரத்தினிடத்தும் பிச்சை ஓட்டை என் கரத்தினிடத்தும் தந்துவிட்டான்.

குறிப்புரை : புராரி – சிவன், ... கடல், பிலம் – பாதாளம்.

❍❍❍

131. கடவுள் கலங்கினார்

கம்பமத கடகளிற்றான் தில்லை வாழும்
கணபதிதன் பெருவயிற்றைக் கண்டு வாடி
உம்பரெல்லாம் விழித்திருந்தார் அயில்வேல் செங்கை
யுடைய அறு முகவனும் கண்ணீரா றானான்
பம்புசுடர் கண்ணனுமோ நஞ்சுண் டான்மால்
பயமடைந்தான் உமையுமுடல் பாதி யானாள்
அம்புவியைப் படைத்திடுதல் அவம தேஎன்(று)
அயனும் அன்னம் இறங்காமல் அலைகின்றானே

பொருள்: *கம்பத்தில் கட்டப்பெற்ற யானை முகமுடைய சிதம்பரத்தில் வீற்றிருக்கும், விநாயகப் பெருமானுடைய பெரிய வயிற்றைக் கண்டு வருந்தி வானுலகத் தேவர்கள் எல்லாம் இமை மூடாது விழி திறந்து பார்த்தபடி இருந்தனர். கூரிய வேலேந்திய முருகப் பெருமான் கண்ணீர் சிந்தியபடி இருந்தான். ஒளிவீசும் நெருப்புக் கண்ணுடைய சிவபெருமான் விடத்தை உட்கொண்டான். திருமாலும் பயந்தான். தேவி உமையவளோ வருத்தத்தால் உடல் பாதியானாள். இப்படிப்பட்ட நிலையில் மேலும் உலகில் உயிர்களைப் படைத்திடுதல் வீண் என்று நினைத்துப் பிரம்மதேவனும் அன்னம் உட்கொள்ளாமல் படைப்புத் தொழிலை விட்டு திரிந்திலைந்தான்.*

குறிப்புரை: *கம்பம் – கட்டுத்தறி, உம்பர் – தேவர், அவம் – வீண்*

○○○

132. காமம் கொலைவாள்

காமமே குலத்தினையும் நலத்தினையும் கெடுக்க வந்த களங்கம்
காமமே தரித்திரங்கள் அனைத்தையும் புகட்டி வைக்கும் கடாரம்
காமமே பரகதிக்குச் செல்லாமல் வழியடைக்கும் கபாடம்
காமமே அனைவரையும் பகையாக்கிக் கழுத்தரியும் கத்தி தானே.

பொருள்: *தன் மனைவி அல்லாத பிற பெண்கள் மீது வைக்கும் காம இச்சை ஒன்றே குலப் பெருமையையும், குடிப் பெருமையையும், கெடுத்துவிடும். பெண்ணாசையே அனைத்துவிதமான வறுமையையும் உண்டாக்கி வைக்கும் கொதிகலமாகும், பெண்ணாசை முக்தி நெறியை அடையாமல் பாதையை மூடியிருக்கும் கதவாகும். அந்தப் பெண்ணாசையே எல்லோரையும் பகைக்கச் செய்து கழுத்தை வெட்டுகின்ற கத்தியாகும்.*

குறிப்புரை: *கடாரம் – கொப்பரை (கொதிகலன்), கபாடம் – கதவு.*

○○○

133. வாத்தியமும் வகையும்

தடாரி தண்ணுமை பேரிகை சல்லரி இடக்கை
கடாத மெங்கணு மதிர்ந்திட ஒலித்திடக் காணல்
விடாத நாணகன் றன்னிய புருடனை விழைந்தே
அடாது செய்தமங் கையர்வசை ஒலித்தல் போலாம்

பொருள்: *இப்பூமியில் கைவிடக் கூடாதென வெட்கத்தைப் புறந்தள்ளிவிட்டு அந்நிய ஆண்மகனை இச்சித்துத் தகாத உறவை மேற்கொண்ட பெண்கள்*

மீது உருவாகும் பழிச்சொல்லானது – கடாரி, தண்ணுமை, பேரிகை, சல்லரி, இடக்கை என்னும் வாத்தியங்கள் எழுப்பும் ஒலிபோல் எல்லோரும் அறியும்படிக் கேட்கும்.

குறிப்புரை: *படாது – இடைவிடாது, அடாது – தகாதது.*

○○○

134. யாத்திரை அட்டவணை

தண்டுலம் மிளகின் தூள்புளி உப்பு
 தாளிதம் பதார்த்தமி தேஷ்டம்
தாம்புநீர் தோற்றம் ஊன்றுகோல் ஆடை
 சக்கிமுக்கி யுடன்கை ராந்தல்
கண்டகம் காண்பான் பூசை முஸ்தீபு
 கழல்குடை அடிமைசிற் றுண்டி
கம்பளி ஊசி நூலடைக் காயிலையைக்
 கரண்டகம் கண்டம்கேற்றங்கி
துண்டம்ஊ றியகாய் கரண்டிநல் லெண்ணெய்
 தட்டன் பூட்டு கைக் கத்தி
சொல்லிய எல்லாம் குறைவறத் திருத்தித்
 தொகுத்துப்பல் வகையினி தமைத்து
பெண்டுகள் துணையோ டெய்துவா கனனாய்ப்
 பெருநிலை நீர்நிழல் விறகு
பிரஜையும் தங்குமிடம் சமைத் துண்டு
 புறம்படல் யாத்திரைக் கழகே.

பொருள்: *அரிசி, மிளகுப் பொடி, புளி, உப்பு, தாளிக்கப் பொருள், கறிகாய், வடகம், கயிறு, தண்ணீர், ஒப்பனைப் பொருட்கள், கைத்தடி, உடை, நெருப்பு*

பற்றவைக்க சக்கிமுக்கி கல், கைவிளக்கு, கைவாள், முகம் பார்க்க கண்ணாடி, பூசைக்குரிய பொருள்கள், காலணி, குடை, பணியாள், சிறுஉணவு, கம்பளிப் போர்வை, ஊசி, நூல், வெற்றிலைபாக்கு, சுண்ணாம்புக் கரண்டி, எழுத்தாணி, மேல்துண்டு, ஊறுகாய்த் துண்டு, கரண்டி, நல்லெண்ணெய், பணம், பூட்டுச்சாவி, சிறுகத்தி ஆகியவற்றை பயணத்துக்கு ஏற்ற வாகன வசதி, தங்குவதற்கு ஏற்ற இடம், விறகு, தண்ணீர் கிடைக்குமிடமாகவும், அங்கே தங்கி சமைத்து உண்ண வசதி அறிந்து யாத்திரைக்குப் (பயணம்) புறப்படுவதே அழகாகும்.

குறிப்புரை: அடைகால் – வெற்றிலைப்பாக்கு, தண்டுலம் – அரிசி, தாம்பு – கயிறு, ராந்தல் – விளக்கு, கண்டம் – எழுத்தாணி.

○○○